अंतरिक्षाच्या अंतरंगात

लीना दामले

मेहता पब्लिशिंग हाऊस

Please contact us at **Mehta Publishing House,** Pune.
✆ +91 020-24476924 / 24460313 / Mob. No. 9545000513
Email : production@mehtapublishinghouse.com
Website : www.mehtapublishinghouse.com

- *या पुस्तकातील लेखकाची मते, घटना, वर्णने ही त्या लेखकाची असून, त्याच्याशी प्रकाशक सहमत असतीलच असे नाही.*

ANTARIKSHACHYA ANTRANAGAT by LEENA DAMLE

अंतरिक्षाच्या अंतरंगात : लीना दामले / विज्ञान विषयक

Email : author@mehtapublishinghouse.com

प्रकाशक : सुनील अनिल मेहता, मेहता पब्लिशिंग हाऊस,
१९४१, सदाशिव पेठ, माडीवाले कॉलनी, पुणे – ४११०३०.

मुद्रक : ट्रिनिटी अ‍ॅकडमी फॉर कॉर्पोरेट ट्रेनिंग लिमिटेड

मुखपृष्ठ : चंद्रमोहन कुलकर्णी

प्रकाशनकाल : जानेवारी, २०१२ / पुनर्मुद्रण : डिसेंबर, २०१८

किंमत : ₹ १८०

P Book ISBN 9788184983234
E Book ISBN 9789353171780
E Books available on : amazonkindle Apple Books Google Play Books

अनुक्रमणिका

अवकाशाशी जडले नाते

माझा आकाशनिरीक्षणाचा छंद बघून माझे काका नेहमी म्हणायचे, की त्यांना आकाशातल्या दोन गोष्टी नक्की ओळखता येतील. एक सूर्य आणि दुसरा चंद्र. यातला विनोद सोडला तरी सर्वसामान्य माणसांना आपला रोजचा कामधंदा सोडून आकाशाकडे बघायला वेळच कुठे असतो? दिवसा सूर्यप्रकाशात आकाशनिरीक्षणाचा प्रश्नच येत नाही. पण गंमत म्हणजे चंद्रप्रकाशातही आकाशनिरीक्षण नीट होत नाही. पौर्णिमेच्या चंद्राचं चांदणं आवडत नाही असं म्हणणाऱ्या माणसाची खरं म्हणजे अरसिकांतच गणना होईल; पण आमच्यासारखे काही महाभाग पौर्णिमेची नाही तर अमावास्येची वाट बघतात. घाबरू नका, आम्ही कुणी तांत्रिक-मांत्रिक वगैरे नाही तर हौशी आकाशनिरीक्षक आहोत.

आता आकाशनिरीक्षणाचा छंद जोपासणं आणि तोसुद्धा माझ्यासारख्या दोन मुलांची आई असलेल्या संसारी बाईने, म्हणजे तारेवरची कसरतच. एकतर खगोलशास्त्राचा अभ्यास आणि निरीक्षणं वगैरे गोष्टी अपरिहार्यपणे रात्रीच्याच वेळी कराव्या लागतात. पहिली ठेच तर इथेच बसते. रोज रात्री काय, एक रात्रसुद्धा पतिराज सोबतीला येणं मुश्कील. घरच्या घरी कुणाच्या सोबतीशिवाय निरीक्षणं घ्यावीत तर आमच्यासारख्या फ्लॅटवासियांना स्वत:ची गच्ची नाही! शिवाय शहरातलं प्रकाशप्रदूषण.

माझ्या एका मैत्रिणीला प्रकाश-प्रदूषण शब्दाचं मोठं नवल वाटलं. ते साहजिकच आहे कारण हवा प्रदूषण, ध्वनी प्रदूषण हे शब्द परिचित झाले आहेत. पण प्रकाश-प्रदूषण नावाची काही चीज असते आणि ती किती त्रासदायक होऊ शकते हे एखाद्या जातिवंत आकाशनिरीक्षकालाच

समजेल. तर अशा या प्रकाश-प्रदूषणामुळे ठळक तारेसुद्धा जिथे जेमतेम दिसतात, तिथे अंतराळातील दूरवरचे घटक, अतिदूरवरच्या दीर्घिका, तेजोमेघ, धूसर धूमकेतू वगैरेंचं दर्शन घडणं कठीणच. आयुकासारख्या संस्थेमध्ये काम करायला मिळालं तर ती आकाशनिरीक्षणासाठी पर्वणीच ठरेल. पण माझ्यासारख्या हौशी अवकाश निरीक्षकांना असे छंद जोपासणाऱ्या विविध संस्थांचे सभासदत्व घेता येते. अशा संस्थांच्या साप्ताहिक सभांना हजेरी लावली तरी बरीच ज्ञानप्राप्ती होते. अधूनमधून एखाद्या 'स्टार पार्टी'ला किंवा 'उल्का वर्षाव' बघायला जायला मिळतं. तेवढंच डोळे भरून आकाश बघून घेता येतं. आता तुम्ही म्हणाल ही स्टार पार्टी, हा उल्का वर्षाव ही काय प्रकरणं आहेत? तर स्टार पार्टी ही बहुतेक करून नवोदितांना तारे, तारकासमूह वगैरेंची ओळख करून देण्यासाठी किंवा मग मुरलेल्या लोकांना खास निरीक्षणं घेण्यासाठी असते.

आजकाल खगोलशास्त्रीय घटनांना बरंच महत्त्व प्राप्त झालं आहे. प्रसार माध्यमांनी अशा घटना जोरदारपणे लोकांसमोर आणायला सुरुवात केल्यामुळे आता खूपजण खगोलशास्त्राकडे आकर्षित व्हायला लागले आहेत. कुठल्या दोन ग्रहांची युती, चंद्र आणि गुरू किंवा शुक्र किंवा शनी यांची युती, कुठल्याही दोन खगोलीय घटकांची पिधान युती, अशा घटना घडायच्या आधी वर्तमानपत्रांतून त्याची माहिती मिळते. त्यामुळे लोक उत्साहाने निरीक्षण करतात. खग्रास सूर्यग्रहणाची घटना तर उत्सवासारखी साजरी होते. ही अर्थातच चांगली गोष्ट आहे. कारण आत्ताआत्तापर्यंत सूर्याचं खग्रास ग्रहण म्हणजे काहीतरी

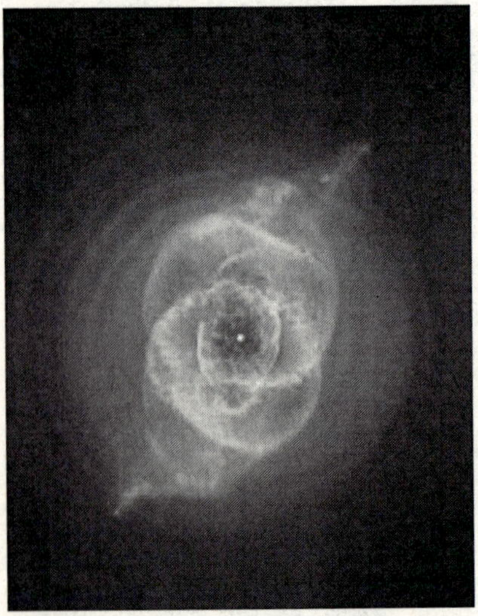

'कॅट्स आय नेब्युला' मांजराच्या डोळ्यासारखा दिसणारा नेब्युला.

अशुभ घटना समजली जात होती. लोक दारं खिडक्या बंद करून बसून राहत होते. हा अलौकिक खगोलीय चमत्कार बघण्याचं सुख केवळ अज्ञानामुळे घालवत होते. मला आठवतंय की १९८० साली झालेल्या खग्रास सूर्यग्रहणासाठी आम्ही आमच्या भौतिकशास्त्र विभागाचे काहीजण हैद्राबादजवळच्या मेहबूबनगर या गावी गेलो होतो. त्यावेळी का कोण जाणे पण वर्तमानपत्रांमधून या ग्रहणाच्या विरोधी मजकूर छापून आला होता. त्यामुळे मेहबूबनगर गावात गेल्यावर जणू काही संचारबंदी असल्यासारखा शुकशुकाट सगळीकडे पसरला होता. लोक अक्षरश: दारं आणि खिडक्यासुद्धा बंद करून चूपचाप बसून होते. अर्थातच बाजार वगैरे बंद, त्यामुळे हॉटेलं बंद होती. त्या दिवशी आम्हाला खायलाही मिळायची पंचाईत झाली.

आम्ही गावाबाहेरच्या एका टेकाडावर मुक्काम ठोकला होता. त्यावेळी निरीक्षणासाठी म्हणून अशी कुठलीही खास उपकरणं आमच्याजवळ नव्हती. भर दुपारी जेव्हा सूर्याला ग्रहण लागायला सुरुवात झाली तेव्हा हळूहळू अंधारून यायला लागलं. पक्षी बावचळून आपल्या घरट्यांकडे परतायला लागले. हळूहळू चंद्रबिंबामुळे पूर्ण सूर्यबिंब झाकलं गेलं. त्या आधी क्षणभर ती स्वर्गीय हिऱ्याची अंगठी दर्शन देऊन गेली आणि सूर्यग्रहणाची खग्रास अवस्था काहीतरी दोन किंवा तीन मिनिटं बघायला मिळाली. त्या दरम्यान आकाशात काही ठळक तारेही दर्शन देऊन गेले. मृगनक्षत्रातला लाल-राक्षसी असलेला तारा 'काक्षी' (Betelguese) दिसल्याचं मला अजूनही स्पष्टपणे आठवतंय. जमिनीवर आम्ही पांढरे मोठे मोठे कागद पसरून ठेवले होते. त्यामुळे खग्रास अवस्थेत दिसणारे काळे-पांढरे पट्टे (diffraction bands) आम्हाला नीट बघता आले. एकंदर या सूर्यग्रहण निरीक्षणाचा अनुभव अवर्णनीय होता. केवळ अज्ञानामुळे अनेकजण या आनंदाला हकनाक मुकले.

२३ मे २००७ या दिवशी षष्ठीच्या चंद्राने सिंह राशीतील मघा या ताऱ्याला झाकल्यामुळे झालेलं पिधानही बघण्यासारखं होतं. चंद्राच्या अंधाऱ्या भागाकडून 'मघा' चंद्रामागे लुप्त होणार होता. त्यामुळे ही घटना व्यवस्थित बघता येणार होती. चंद्र आणि मघा यातलं अंतर कमी कमी होत गेलं. एका क्षणी मघा हा तारा चंद्राच्या अंधाऱ्या बिंबाच्या

कडेला खेटून होता आणि दुसऱ्या क्षणी तो नाहीसा झाला. चंद्रावर वातावरण नसल्यामुळे ही घटना क्षणार्धात घडली. हे बघणं हाच एक रोमांचकारी अनुभव होता.

आता सर्वच खगोलीय घटना अशा रोमांचक असतात असं नाही. काही वेळा रात्र रात्र जागूनही आधीच वर्तवलेल्या उल्का वर्षावातील उल्कांचा वर्षाव बघायला मिळत नाही. दिवस रात्रीच्या वेळातल्या फरकामुळे वर्षावाचा अत्युच्च बिंदू आपण घालवून बसतो.

दूर गावाबाहेर सपाट माळरानावर जिथे शहरी कृत्रिम प्रकाशाचे किरणसुद्धा पोचणार नाहीत अशा ठिकाणी जाऊन वर आकाशाकडे दृष्टी टाकली तर चकित व्हायला होतं. असं नक्षत्रांनी खचाखच भरलेलं रत्नजडित आकाश शहरात बघायलाच मिळत नाही. अशा ठिकाणी आकाशनिरीक्षण करणं ही पर्वणीच असते. शिवाय त्यावेळी एखाद्या उल्कावर्षावाचा दिवस असेल तर अजूनच चांगलं. वर्षाच्या ठरावीक महिन्यांच्या ठरावीक दिवसांत ठरलेल्या तारकासमूहांतून उल्का वर्षाव होत असतो. तो अतिशय प्रेक्षणीय ठरू शकतो. नशीब बलवत्तर असेल तर खरोखरचा वर्षाव बघायला मिळतो. नाहीतर अर्ध्या तासाला किंवा कधी कधी तासालाही एक उल्का असे बघायची मनाची तयारी ठेवावी लागते. पण त्या निमित्तानेही आकाश बघायला, तेसुद्धा प्रदूषणविरहित असे बघायला मिळते, हे काय कमी आहे? या अशा संधी जेव्हा केव्हा मिळतील तेव्हा त्या मी हातच्या सोडत नाही. ऋतुमानाप्रमाणे कपडे घालून, एखादी जाड सतरंजी जमिनीवर अंथरून सपशेल आडवं पडून रात्रभर बदलतं आकाश बघणं ही माझी सुखाची अत्युच्च कल्पना आहे. व्यावहारिक जगातले असंख्य अडथळे पार करून ही संधी कधीतरी मिळते. मग ते सप्तपाताळात दडवल्याप्रमाणे असणारं लखलखीत रत्नखचित आकाश हळूहळू आपल्यासमोर उलगडत जातं. हे बघताना वाटतं, अरे आपल्या संतमहंतांना घडलेलं विश्वरूपदर्शन असंच तर नसेल? आकाशाचं हे वैभव बघितल्यावर व्यावहारिक ऐश्वर्याचं आकर्षण कमी झाल्यास नवल नाही.

प्राचीन काळी आपल्या ऋषी-मुनींनाही या प्रदूषणविरहित आकाशाने अशीच भुरळ घातली असेल आणि मग त्यांच्या कुतूहलातून आणि रोजच्या निरीक्षणातूनच खगोलशास्त्राचा जन्म झाला असेल. जगाच्या

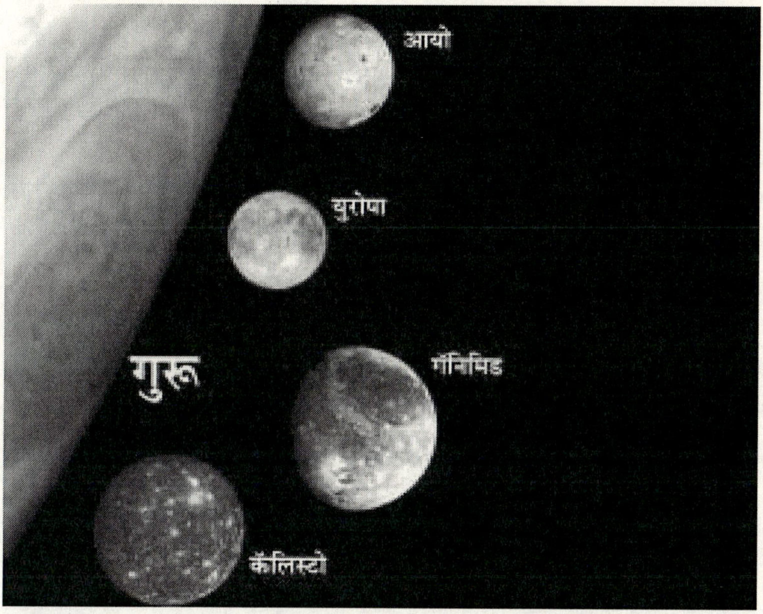

गुरू आणि त्याचे ४ गॅलिलियन मून जोव्हियन फॅमिली– आयो, युरोपा, गॅनिमिड आणि कॅलिस्टो

पाठीवर अनेक ठिकाणी माणसाने असंच आकाशनिरीक्षणातून खगोलशास्त्राला जन्म दिला असेल. हळूहळू माणसाने विज्ञान-तंत्रज्ञानात प्रगती करायला सुरुवात केली आणि इतर शास्त्रांप्रमाणे खगोलशास्त्रातही

ह्याकुताके धूमकेतू

खूप प्रगती झाली.

१६१० साली गॅलिलिओने आपली लहानशी दुर्बीण गुरूवर रोखली आणि त्याला गुरूच्या शेजारी चार छोटे ठिपके दिसले. निरीक्षणातून ते आपली जागा बदलताहेत हे त्याच्या लक्षात आलं आणि गुरूच्या चार चंद्रांच्या शोधाचा मान गॅलिलिओला मिळाला. त्या चार चंद्रांना 'गॅलिलियन मून' असंच म्हणतात. दुर्बिणीतून ते चार चंद्र पहिल्यांदा जेव्हा गॅलिलिओला दिसले असतील तेव्हा तो किती थरारून गेला असेल?

गॅलिलिओची ती दुर्बीण तशी अगदीच प्राथमिक स्वरूपाची होती. आता हबल अवकाश दुर्बिणीने अवकाशातले फोटो पाठवून जणू विश्वरूपदर्शनच घडवायला सुरुवात केली आहे.

हबल अवकाश दुर्बीण अवकाशातील विलोभनीय असे फोटो पाठवत आहे. आपली सूर्यमालासुद्धा अशा असंख्य विलोभनीय दृश्यांनी भरलेली आहे. कल्पना करा की रात्रीच्या आकाशात एकाऐवजी दोन दोन चंद्र दिसायला लागले किंवा आकाशात चंद्रांची माळच दिसायला लागली किंवा आकाशाचा अर्धा-पाऊण भाग भरून एखाद्या ग्रहाचा आकार आपल्या अंगावर चाल करून आल्यासारखा दिसायला लागला तर बघणाऱ्याची काय अवस्था होईल? गुरूच्या पृष्ठभागावरून कोण्या भाग्यवानाला निरीक्षण करायची संधी मिळाली तर त्याला आकाशात असे चंद्रच चंद्र बघायला मिळतील. एखाद्या परमभाग्यवानाला शनीच्या चंद्रावर उभं राहून शनीच्या भव्यदिव्य कड्यांचं, त्याच्याभोवती घिरट्या घालणाऱ्या असंख्य चंद्रांचं आणि खुद्द शनीच्या अवाढव्य बिंबाचं दर्शन घडेल. हे असे अनुभव आपल्याला प्रत्यक्षात मिळण्याची शक्यता उद्याच्या भविष्यात दडलेली आहे. पण प्रत्यक्षात अनेक गोष्टी न बघताही माणसाने केवळ गणित मांडून किंवा अंदाज बांधून अवकाशातील अनेक कोडी सोडवली आहेत. प्लूटो या ग्रहाचा शोध पाश्चिमात्य शास्त्रज्ञांनी लावण्यापूर्वी आपल्या केतकरांनी गणिताच्या साहाय्याने लावला होता. आता त्या बिचाऱ्याला ग्रह म्हणायचंच शास्त्रज्ञांनी नाकारलं त्याला कोण काय करणार?

ए.यू. (ॲस्ट्रॉनॉमिकल युनिट) म्हणजे सूर्य व पृथ्वी यातील सरासरी अंतर. ते एक धरल्यास प्लूटोचे सूर्यापासून अंतर चाळीस ए.यू. होते.

आता तुम्ही विचाराल हे ए.यू.मध्येच काय आलं? तर सूर्यापासून पृथ्वीचं सरासरी अंतर जे त्र्याण्णव दशलक्ष मैल आहे त्याला एक

ॲस्ट्रॉनॉमिकल युनिट म्हणजेच १ ए.यू. असे म्हणतात. खगोलशास्त्रातील हे एक महत्त्वाचे एकक मानले जाते. दुसरे महत्त्वाचे एकक आहे ते म्हणजे प्रकाशवर्षाचे. प्रकाशाच्या वेगाने (म्हणजे अंदाजे ३ X १०^{१०} सें.मी./से.) एका वर्षात कापले गेलेले अंतर म्हणजे एक प्रकाशवर्ष. हे काळाचे परिमाण नसून अंतराचे आहे. सूर्यप्रकाशाला या वेगाने पृथ्वीपर्यंत पोचायला ८.५ मिनिटे लागातत. तर प्लूटोपर्यंत म्हणजे सूर्यमालेच्या सरहद्दीपर्यंत पोचायला साडेपाच तास लागतात. प्लूटो आतापर्यंत सूर्यमालेच्या काठावरचा शेवटचा प्रवासी मानला जायचा. त्याच्यावरून सूर्य एखाद्या दूरच्या ताऱ्यासारखा चमकताना दिसेल म्हणजे साधारण आपल्याला पृथ्वीवरून शुक्र जेवढा तेजस्वी दिसतो, तितपतच तेजस्वी दिसेल. पण सर्वसामान्यपणे ज्यांचा उल्लेख सूर्यमालेचे सभासद म्हणून होतो त्यांत फक्त नऊ ग्रहांचा, आता तर आठच ग्रहांचा व त्यांच्या चंद्रांचा समावेश होतो. प्रत्यक्षात सूर्यमालेच्या सदस्यत्वाचा हक्क असलेले इतरही अनेक सभासद आहेत. मंगळ आणि गुरूच्या मधे असलेला 'ॲस्टेरॉईड बेल्ट' म्हणजे लघुग्रहांचा पट्टा हा त्यापैकीच आहे. त्याच्या निर्मितीविषयी अजून शास्त्रज्ञांमध्ये एकवाक्यता नाही. मूळच्या अखंड ग्रहाचे गुरूच्या जबरदस्त गुरुत्वाकर्षणामुळे तुकडे उडाले की मुळात अखंड ग्रह तयार होऊच शकला नाही याबद्दल शास्त्रज्ञांना माहिती नाही. कारण काहीही असलं तरी या लघुग्रहांच्या पट्ट्यातील असंख्य चित्र-विचित्र आकारांचे तुकडे सूर्याभोवती प्रदक्षिणा घालताहेत. त्यातल्या एखाद्याने जरी वक्र दृष्टीने आपल्या पृथ्वीकडे बघितलं तरी आपली काही खैर नाही. पासष्ट दशलक्ष वर्षांपूर्वी घडलेलं रौद्रभीषण नाट्य परत घडायला वेळ लागणार नाही. त्यावेळी महाकाय डायनोसॉर नष्ट झाले, यावेळी?

सूर्यमालेच्या सभासदांमध्ये 'क्यूपर बेल्ट' आणि 'उर्ट्स क्लाऊड' यांचाही समावेश करायला पाहिजे.

'क्यूपर बेल्ट' आणि 'उर्ट्स क्लाऊड' हे दोन्ही असे सदस्य आहेत की जे प्रत्यक्षात ठोसपणे दिसत नाहीत पण त्यांचं अस्तित्व जाणवतं. नेपच्यूनच्या कक्षेपलीकडे आणि सूर्यापासून ३० ते ५० ए.यू. अंतरापर्यंत पसरलेल्या भागाला क्यूपर बेल्ट म्हणतात. हा भाग असंख्य छोट्या छोट्या बर्फगोळ्यांचा बनलेला आहे. या भागाला 'छोटा भ्रमणकाळ' असलेल्या धूमकेतूंचं उगमस्थान समजतात.

आत्तापर्यंतच्या समजुतीप्रमाणे सूर्यमालेची मर्यादा प्लुटोपर्यंत होती, पण प्रत्यक्षात सूर्याच्या गुरुत्वाकर्षणाचं क्षेत्रफळ प्लुटोच्या कक्षेच्या बाहेर तीन हजार पट दूरपर्यंत म्हणजे जवळजवळ सगळ्यात जवळच्या ताऱ्याच्या अर्ध्या वाटेपर्यंत पोचतं. हा सर्व अवकाश पूर्णपणे निर्वात पोकळी नसून असंख्य धूमकेतू आणि सूर्यमालेच्या निर्मितीच्या वेळी राहून गेलेलं द्रव्य यांनी भरलेला आहे. अशा या विश्वनिर्मितीच्या साहित्याच्या खजिन्याने भरलेल्या या भागाला म्हणतात 'उर्ट्स क्लाउड'. शास्त्रज्ञांच्या मते उर्ट्स क्लाऊड म्हणजे जसं पृथ्वीवरील सायबेरिया. सूर्यमालेच्या साम्राज्यातून हद्दपार केल्या गेलेल्यांचं आश्रयस्थान! अतिशीत तापमान असलेल्या या प्रदेशाला धूमकेतूंचा खजिना म्हणत असले, तरी कुठल्याही दोन धूमकेतूंमधील अंतर काही दशलक्ष कि.मी.पेक्षा कमी नाहीये. आत्तापर्यंत प्रत्यक्षात ऊर्ट्स क्लाऊड कुणीच बघितला नाहीये. या ऊर्ट्स क्लाऊडमधून वेगवेगळ्या आकाराचे आणि कमीजास्त भ्रमणकाळ असलेले धूमकेतू सूर्याच्या दिशेने प्रवास सुरू करतात. डच शास्त्रज्ञ एन. एच. ऊर्ट याने असे सिद्ध केले, की या भागामध्ये असलेल्या द्रव्यावर सूर्याच्या गुरुत्वाकर्षणाचा प्रभाव फारच कमी प्रमाणात असतो. या शास्त्रज्ञाच्या नावावरूनच हा भाग ऊर्ट्स क्लाऊड म्हणून ओळखला जातो. काही वेळा एखादा तारा सूर्याच्या इतक्या जवळ येतो की तो चक्क ऊर्ट्स क्लाऊडमधून प्रवास करून पलीकडे जातो. जाताना धूमकेतूंच्या कक्षेमध्ये जबरदस्त फेरफार करून जातो. सूर्याच्या गुरुत्वाकर्षणाचा प्रभाव तिथे कमी असल्यामुळे अशा वेळी एखादा धूमकेतू आऊटर स्पेसमध्ये म्हणजे बाहेरच्या अवकाशात फेकला जाऊ शकतो.

पृथ्वीच्या आकाशात एखादा मोठा धूमकेतू आपल्या शेपटीचा दिमाखदार पिसारा फुलवून आपल्याला दर्शन देऊन गेला तर आपण केवढे खूश होतो. (आता काहीजण उगीच आकडेमोड करून तो धूमकेतू शुभ आहे का अशुभ आहे हे सांगत सुटतात. त्यांना त्या दृश्याची मजा कशी कळणार?) तर अशा धूमकेतूंचा खजिना असलेल्या ऊर्ट्स क्लाऊडमध्ये आपल्याला जाता आलं तर...! पण काही उपयोग नाही कारण धूमकेतूंना शेपटीचा पिसारा लाभण्यासाठी एक सूर्यप्रदक्षिणा

करावी लागते. तेव्हा ऊर्ट्स क्लाउडमध्ये खरे शेपूटवाले धूमकेतू आपल्याला दिसणारच नाहीत. अर्थात दिसले असते तरी तिथे आपण जाणार कसे? एवढं प्रचंड अंतर कापून सूर्यमालेच्या सरहद्दीपर्यंत पोचायला किती काळ लागेल? तिथे घेऊन जाऊ शकेल असं यान तयार करण्याचं तंत्रज्ञान अवगत व्हायला माणसाला अजून किती काळ घालवावा लागेल कुणास ठाऊक?

ही अशी अवाढव्य अंतरापर्यंत पसरलेली सूर्यमाला 'मिल्की वे' या आकाशगंगेत म्हणजेच दीर्घिकेत आहे. ही आपली आकाशगंगा वरून बघितली तर सर्पिलाकृतीसारखी दिसते. जणू अवाढव्य आकाराचं अवकाशातलं भुईचक्रच. दिवाळीच्या फटाक्यातलं भुईचक्र काही सेकंदांचं आयुष्य घेऊन आलेलं, तर हे अवकाशातलं भुईचक्र कित्येक अब्जावधी वर्षांचं आयुष्य घेऊन आलेलं. या सर्पिलाकृती आकाशगंगेला तीन वेगवेगळे फाटे फुटलेले आहेत. त्यातल्या एका फाट्यातला टोकाचा एक छोऽऽटासा ठिपका म्हणजे आपली सूर्यमाला.

या आपल्या आकाशगंगेत सूर्यासारखे अब्जावधी तारे आहेत. त्यातल्या कोट्यवधी ताऱ्यांभोवती ग्रहमाला असू शकतील. हे सर्व तारे आकाशगंगेच्या केंद्राभोवती फिरत आहेत. आपल्या सूर्याला दोनशे पन्नास कि.मी. प्रती सेकंद एवढ्या वेगाने आकाशगंगेच्या केंद्राभोवती प्रदक्षिणा घालायला पृथ्वीची दोनशे दशलक्ष वर्षं लागतात.

काय गंमत आहे पाहा– चंद्र पृथ्वीभोवती फिरतो. पृथ्वी चंद्रासह सूर्याभोवती फिरते. तसंच सूर्यमालेतले इतर ग्रहही आपापल्या चंद्रांसह सूर्याभोवती फिरतात. सूर्य आपल्या या कुटुंबकबिल्यासह आकाशगंगेच्या केंद्राभोवती फिरतो. ही दीर्घिका म्हणजे आपली आकाशगंगा 'लोकल ग्रुप' नावाच्या वीस दीर्घिकांच्या कळपातलं एक मेंढरू आहे. आपल्या आकाशगंगेसारख्या वीस छोट्या-मोठ्या दीर्घिकांचा हा कळप अवकाशात तीन दशलक्ष प्रकाशवर्षं व्यासाच्या वर्तुळामध्ये फिरतो आहे. या छोट्याशा कळपापासून साधारण दहा-पंधरा दशलक्ष प्रकाशवर्षं दूरपर्यंत छोटे छोटे कळप पसरलेले आहेत. सगळ्यात जवळचं महत्त्वाचं असं क्लस्टर म्हणजे दीर्घिकांचा कळप साधारण पन्नास दशलक्ष प्रकाशवर्षं एवढ्या अंतरावर आहे. त्या कळपामध्ये किमान हजार तरी दीर्घिका असू शकतील. तिथून चारशे ते पाचशे दशलक्ष प्रकाशवर्षं अंतरावर

मग खरा मोठ्ठा कळप आहे, ज्यात किमान दहा हजार तरी दीर्घिका असाव्यात. असं हे वाढता वाढता वाढत जाणारं अवकाशाचं कुरण किती मोठं आहे, कुठपर्यंत पसरलं आहे आणि त्यात दीर्घिकांचे किती कळप आहेत हे एक तो जगन्नियंताच जाणे. आपण मनाच्या वेगाने पाठलाग करून धापा टाकायला लागलो, तरी ते कुरण अर्धसुद्धा पार झालेलं नसायचं.

या भल्या अवाढव्य अवकाशात कुठल्याही दोन ताऱ्यांमध्ये एवढं अंतर आहे की ते एकमेकांना दूरचे लुकलुकणारे तारे वाटावेत, एवढी अंतरं, एवढी प्रचंड पोकळी असूनही दोन तारे कधी कधी एकमेकांच्या पायात पाय घालायला जातात, तर कधी कधी दोन प्रचंड दीर्घिका एकमेकींच्या हातात हात घालून किंवा गळ्यात गळे घालून झिम्मा फुगडी खेळू पाहतात. या त्यांच्या खेळामुळे अवकाशात मात्र उत्पात घडू शकतात.

या संदर्भात नुकतीच एक गमतीदार बातमी वाचली. त्यात म्हटलं होतं, 'पृथ्वीवरील जिवांप्रमाणे अवकाशातल्या दीर्घिका एकमेकींना खाऊन आपलं स्वत:चं जीवन समृद्ध करतात. आपल्या आकाशगंगेची सगळ्यात जवळची शेजारीण असलेली देवयानी दीर्घिका (अँड्रोमिडा गॅलॅक्सी) स्वत:च्याच सॅटेलाइट गॅलॅक्सीवर (गॅलॅक्सीची उपग्रह अशी गॅलॅक्सी) ताव मारतेय. अँड्रोमिडा गॅलॅक्सीमध्ये साधारण डझनाच्यावर ताऱ्यांचे पुंजके इतस्तत: विखुरलेले आहेत. जणू प्राचीन काळी झडलेल्या जेवणावळीतली उच्छिष्टं! या बातमीचं शीर्षक आहे 'Galactic cannibalism'.

या अँड्रोमिडा दीर्घिकेची आपल्या आकाशगंगेशी भविष्यकाळात जोरदार टक्कर होणार आहे. दोघींचा एकमेकींच्या दिशेने प्रवास केव्हाच सुरू झालाय. प्रत्यक्षात टक्कर व्हायला ३ बिलियन = ३ मिलियन x मिलयन = ३ महापद्म वर्षं लागतील.'

आपल्या आकाशगंगेत काय किंवा इतर दीर्घिकांमध्ये काय सर्व तारे एकसारखे नसतात. छोट्या मोठ्या आकारांचे, वेगवेगळ्या रंगांचे आणि वेगवेगळ्या वयांचे तारे दीर्घिकेत विखुरलेले असतात. होय, ताऱ्यांनाही वय असतं. ताऱ्यांचा जन्म होतो, ते तारुण्यावस्थेत येतात, मग प्रौढावस्था, मग वृद्धावस्था आणि सरतेशेवटी मृत्यूही

येतो. ताऱ्यांच्या मूळच्या वस्तुमानावर त्यांचा शेवट कसा होणार हे ठरतं. साधारण सूर्याच्या वस्तुमानावर त्यांचा शेवट कसा होणार हे ठरतं. साधारण सूर्याच्या वस्तुमानाच्या चौपटीपेक्षा जास्त वस्तुमानाचा गाभा असलेला तारा असेल तर त्याची अखेर कृष्णविवरात होते. 'कृष्णविवर' ही खगोलशास्त्रातली सध्याची बहुचर्चित अशी गोष्ट आहे. ज्याच्या वस्तुमानाच्या गुरुत्वीय आकर्षणामुळे कुठला घनपदार्थ तर सोडाच पण प्रकाशाचे किरणसुद्धा बाहेर पडू शकत नाहीत अशा अवकाशस्थ वस्तूला कृष्णविवर असे म्हणतात. त्यातून प्रकाशही बाहेर पडू शकत नाही म्हणून ते दिसतच नाही म्हणून ते कृष्णविवर. विवर म्हणायचं कारण त्याच्या ठरावीक मर्यादेच्या आत कुठलीही वस्तू गेली की ती कृष्णविवराच्या उदरात कायमचीच ओढली जाऊन लुप्त होणार. कृष्णविवराच्या या अद्भुत गुणधर्मामुळे त्याच्याबद्दल सामान्य माणसांपासून शास्त्रज्ञांपर्यंत सर्वांनाच जबरदस्त कुतूहल आहे.

कृष्णविवर ही जशी ताऱ्यांच्या आयुष्यातली शेवटची अवस्था आहे, तशीच 'पल्सार' हीसुद्धा काही ताऱ्यांच्या आयुष्यातली शेवटची अवस्था आहे. मुळातून तारा किती जास्त वस्तुमानाचा आहे त्यावरून त्याची शेवटची अवस्था ठरते.

ताऱ्यांच्या पोटात ऊर्जा निर्माण करणारी प्रचंड अणुभट्टी कार्यरत असते. हायड्रोजनचं हेलियममध्ये रूपांतर होताना मोठ्या प्रमाणावर ऊर्जा बाहेर फेकली जाते. अशा प्रकारे ताऱ्याच्या अंतरंगात निर्माण होणारी ऊर्जा आणि उष्णता ताऱ्याचं प्रसरण करू पाहते, तर ताऱ्याची स्वत:ची गुरुत्वाकर्षण शक्ती ताऱ्याचं आकुंचन करू पाहते. सर्व तारे या दोन्हींचा तोल साधण्याची तारेवरची कसरत आयुष्यभर करत राहतात. ही कसरत त्या ताऱ्याला अब्जावधी वर्षं प्रकाशत ठेवायला मदत करते. या स्थितीत असलेल्या ताऱ्याला ताऱ्यांच्या आयुष्यक्रमाच्या ऐन भरात (Main sequence) असलेला तारा मानतात. सध्या आपला सूर्य या स्थितीत आहे.

मात्र अब्जावधी वर्षांनंतर का होईना, कधीतरी ताऱ्यामधलं इंधन संपतं. त्यामुळे ताऱ्याच्या अंतरंगातली उष्णता आणि ऊर्जा निर्मितीची क्रिया थांबते. त्यामुळे ताऱ्याच्या स्वत:च्या गुरुत्वाकर्षण शक्तीला समतोल साधण्यासाठी आतली शक्ती उरत नाही. त्यामुळे ताऱ्याचा

गुरुत्वीय अवपात होतो. जे तारे अतिप्रचंड म्हणजे आपल्या सूर्याच्या दसपट मोठे असतात त्यांच्यात या अचानक झालेल्या उत्पाती गुरुत्वीय अवपातामुळे (gravitational collapse) महास्फोटक स्थिती निर्माण होते. तो तारा महास्फोटामुळे फुटतो. याला सुपरनोव्हा एक्सप्लोजन (supernova explosion) म्हणतात. स्फोटामध्ये ताऱ्याचं जवळजवळ नऊ दशांश वस्तुमान अवकाशात फेकलं जातं आणि ताऱ्याचा मधला गाभा तेवढा उरतो. यालाच 'न्यूट्रॉन स्टार' असं म्हणतात.

हे न्यूट्रॉन तारे आकाराने फारच लहान असतात. सर्वसाधारण न्यूट्रॉन तारा दहा कि.मी. एवढ्या त्रिज्येचा असतो. आपल्या सूर्याची त्रिज्या आपल्या पृथ्वीच्या त्रिज्येच्या शंभर पट आहे. त्या तुलनेत न्यूट्रॉन ताऱ्याची त्रिज्या फक्त दहा कि.मी. एवढी असते. पण या एवढ्याशा दहा कि.मी. त्रिज्येच्या ताऱ्यामध्ये सूर्याच्या वस्तुमानाच्या दीडपट वस्तुमान ठासून भरलेलं असतं. म्हणजे न्यूट्रॉन ताऱ्यावरच्या एक चमचाभर द्रव्याचं वजन $१०^{८}$ टन भरेल. इतकं प्रचंड वस्तुमान एवढ्या छोट्याशा आकारात सामावल्यामुळे त्याचं गुरुत्वीय क्षेत्र अतिशक्तिशाली बनतं. इतकं शक्तिशाली की त्याच्यामुळे प्रकाशाचा मार्ग बदलला जाऊ शकतो. या न्यूट्रॉन ताऱ्याचं चुंबकीय क्षेत्रही आपल्या पृथ्वीच्या चुंबकीय क्षेत्राच्या $१०^{१२}$ पट शक्तिशाली असतं. या शक्तिशाली चुंबकीय क्षेत्रामुळे न्यूट्रॉन ताऱ्यावरून येणारं रेडिएशन शंकूच्या आकारामध्ये केंद्रित होतं. ते एखाद्या दीपस्तंभावरून फेकल्या जाणाऱ्या प्रकाशाच्या किरणासारखं दिसतं. आता न्यूट्रॉन तारा आपल्या पृथ्वीसारखा त्याच्या अक्षाभोवती फिरत असेल, तर हा प्रकाशाचा शंकू एखाद्या पल्ससारखा ठरावीक अंतराच्या कालावधीने त्याच्या मार्गातून जाणाऱ्या पृथ्वीवरून दिसतो. त्यामुळे या ताऱ्याला 'पल्सार' असं म्हणतात.

वृषभ राशीतील सुप्रसिद्ध क्रॅब नेब्युला हा १०५४ साली झालेल्या सुपरनोव्हाचा अवशेष आहे. त्याच्या केंद्रस्थानी असलेला पल्सार तारा एका सेकंदाला तेहतीस वेळा आपल्या अक्षाभोवती फिरतो. हा वेग केवळ अद्‌भुत असा आहे.

श्वेत बटू ही अशीच आणखी एक अवस्था. इंधन संपलेल्या ताऱ्याच्या अंतिम स्थितीमध्ये होणाऱ्या महास्फोटानंतर आतला उरलेला गाभा जो असतो त्याचं वस्तुमान सूर्याच्या वस्तुमानाच्या १.४४

पटीपेक्षा कमी असेल तर त्या ताऱ्याचं श्वेत बटूत (white dwarf) रूपांतर होतं. सूर्याच्या वस्तुमानाच्या १.४४ पट हीच श्वेत बटूच्या वस्तुमानाची अंतिम मर्यादा आहे, हे सिद्ध करणारे आपले थोर भारतीय शास्त्रज्ञ चंद्रशेखर सुब्रह्मण्यम यांच्याच नावाने ही मर्यादा ओळखली जाते. ती म्हणजे 'चंद्रशेखर मर्यादा' (सी. लिमिट). या त्यांच्या शोधासाठी त्यांना १९८३ साली नोबेल पारितोषिक देऊन सन्मानित करण्यात आलेलं आहे.

समजा स्फोटानंतर उरलेल्या गाभ्याचं वस्तुमान सूर्याच्या वस्तुमानाच्या १.४४ पटीपेक्षा जास्त असेल तर? आपण आधी बघितल्याप्रमाणे न्यूट्रॉन ताऱ्याचा जन्म होतो. न्यूट्रॉन ताऱ्याचं वस्तुमान सूर्याच्या १.५ ते ३ पट या मर्यादेत असतं. या मर्यादेला 'ओपनहायमर व्होल्कोफ लिमिट' या नावाने ओळखलं जातं.

या पुढची अवस्था म्हणजे, समजा स्फोटानंतर उरलेल्या गाभ्याचं वस्तुमान सूर्याच्या वस्तुमानाच्या चार पट असेल तर गुरुत्वीय अवपातामुळे ताऱ्याचा आकार लहान होत जातो व त्याचं कृष्णविवरात रूपांतर होतं.

अशा आतापर्यंतच्या संशोधनात शास्त्रज्ञांना समजलं आहे की अवकाशात मोठ्या दीर्घिकांच्या पोटात अशा कृष्णविवरांचं अस्तित्व आहे. त्यांचं वस्तुमान हजारो लाखो सूर्याच्या वस्तुमानाएवढं भरेल. अशी कृष्णविवरं अनेक दीर्घिकांच्या केंद्रांमध्ये अस्तित्वात आहेत. समजा अशा दीर्घिकांच्या जवळ येण्यातून दोन कृष्णविवरांची टक्कर झाली तर काय होईल? अशा महाप्रचंड टकरीमुळे शास्त्रज्ञांच्या मते सूर्यापेक्षा $१०^{२३}$ पट जास्त ऊर्जा बाहेर फेकली जाईल. परंतु ती ऊर्जा म्हणजे आपल्याला रोज दिसणाऱ्या सूर्यप्रकाशाच्या स्वरूपातली ऊर्जा नसेल. डोळ्यांना न दिसणाऱ्या गुरुत्वीय लाटांच्या (gravitational waves) स्वरूपात ती असेल. त्या दोन कृष्णविवरांपासून काही ॲस्ट्रॉनॉमिकल युनिट्स अंतरापर्यंत आलेल्या कुठल्याही वस्तूचे, प्राण्याचे अक्षरशः तुकडे तुकडे उडून जातील.

क्वेसार (Quasar) ही अवकाशातली अशीच अदभुत गोष्ट आहे, ज्याबद्दल शास्त्रज्ञांनाही अपार कुतूहल आहे. अद्याप क्वेसार्सबद्दल फार थोडी माहिती उपलब्ध आहे. दृश्य विश्वाच्या आत्तापर्यंतच्या ज्ञात अशा सीमेपलीकडून हे क्वेसार दीपस्तंभासारखे अवकाशात प्रकाश दाखवताहेत.

शेकडो दीर्घिकांच्या एकत्रित ऊर्जेएवढी ऊर्जा हा एकटा क्वेसार कसा बाहेर टाकतो हे कोडं अजून शास्त्रज्ञांना उलगडलेलं नाही.

अशा अनंत चमत्कृतीपूर्ण गोष्टींनी आपलं हे ब्रह्मांड व्यापलेलं आहे. असं वाटतं, यात जितकं खोल खोल तुम्ही जात राहाल तितकं अवकाश अजून पुढे पसरलेलं असेल आणि रोज नवीन चमत्कार तुम्हाला अनुभवायला मिळतील. या ब्रह्मांडाबद्दलचं सगळं ज्ञान आम्हाला आता मिळालं आहे असं माणूस कधी म्हणू शकेल असं वाटत नाही आणि इथेच मला वाटतं, जगप्रसिद्ध शास्त्रज्ञ आइनस्टाईन यांनी म्हटल्याप्रमाणे अध्यात्माचं क्षेत्र सुरू होत असावं. आइनस्टाईन यांनी एका ठिकाणी म्हटलं आहे की 'सर्व शास्त्रं जिथे संपतात तिथे फिलॉसॉफी म्हणजेच अध्यात्मशास्त्र सुरू होतं.'

तर मग आता आकाशनिरीक्षण करायला सुरुवात करणार ना? आकाशनिरीक्षणाला सुरुवात करायची असेल तर काही थोड्या प्राथमिक गोष्टींची माहिती असणं आवश्यक आहे. उदा. आपण ज्या ठिकाणावरून निरीक्षण करणार, तिथल्या दिशा माहिती असणं गरजेचं आहे आणि ते अगदी सोपं आहे. सूर्य उगवण्याची दिशा आपल्याला माहिती करून घेता येते. ती पूर्व आणि मग पूर्वेला तोंड करून उभं राहिलं की उजवीकडे दक्षिण दिशा, डावीकडे उत्तर दिशा आणि मागच्या बाजूला अर्थातच पश्चिम दिशा. या दिशा एकदा समजल्या की त्यावरून काही परिचित तारकासमूह आपल्याला बघता येतात. उदा. सप्तर्षी आणि त्यांच्यावरून उत्तर दिशा दाखवणारा ध्रुव तारा. अशा तऱ्हेने एका तारकासमूहाचं बोट पकडून हळूहळू पुढे जात बाकीच्या तारकासमूहांची ओळख करून घेता येते. आकाशनिरीक्षणासाठी असलेले मार्गदर्शक नकाशे बघून आपल्याला वेगवेगळ्या तारकासमूहांची माहिती करून घेता येते. मग नकाशातले आकार आपल्याला आकाशात ओळखता यायला लागले की खरी मजा येते. एकेका तारकासमूहाची ओळख पटवत त्यातल्या महत्त्वाच्या ताऱ्यांची नावं समजून घेत गेलो की खगोलशास्त्रामध्ये रस निर्माण होतो. एकदा का ही अलिबाबाची गुहा उघडली की तुम्ही त्यात कधी हरवून जाल ते तुम्हाला कळणारही नाही.

(या लेखासाठी वापरलेली सर्व छायाचित्रे 'नासा'च्या सौजन्याने)

■

बिग बँग (महास्फोट)

बिग बँग किंवा महास्फोट हे शब्द आता अनेकांच्या परिचयाचे झाले आहेत. हे विश्व कसे निर्माण झाले, ते कुठपासून कुठपर्यंत पसरले आहे, ते आहे असेच राहणार आहे की बदलत जाणार आहे, त्याला आदि-अंत काही आहे की ते पूर्वापर असेच आहे आणि भविष्यातही असेच राहणार आहे असे अनेक प्रश्न मानवाला अनादि काळापासून पडत आले आहेत आणि ते आजतागायत सुटलेले नाहीत.

आधुनिक विश्वाभ्यासाच्या आधारे (कॉस्मॉलॉजी) शास्त्रज्ञांनी बिग बँगचा सिद्धान्त मांडला आहे. त्यानुसार १५ महापद्म वर्षांपूर्वी एका महास्फोटातून या विश्वाचा जन्म झाला. म्हणजे या विश्वाला आदि आहे आणि केव्हातरी याचा अंत होणार आहे असे हा सिद्धान्त सांगतो. कुठेतरी एका बिंदूतून या विश्वाचा जन्म झाला आणि त्यानंतर ते प्रसरण पावत चाललंय. विश्वजन्माच्या वेळी विश्वातील सर्व ऊर्जा आणि वस्तुमान एका बिंदूमध्ये एकवटले होते. या महास्फोटाच्या आधी काय होते ते कोणी सांगू शकत नाही. हा महास्फोट म्हणजे पारंपरिक अर्थाचा, आपल्याला परिचित स्फोट नसून बिंदूपासून अतिउच्च ऊर्जेमुळे कण फेकले जाऊन ते पसरत जाणे अशा स्वरूपाचा होता. एखादा बाँबस्फोट व्हावा तसा हा स्फोट नव्हता तर अवकाशाचा स्फोट होऊन अवकाशच पसरत गेले असे काहीसे घडले असावे. या महास्फोटामुळे आत्ताच्या म्हणजे आपण जे बघतो त्या विश्वाचा पाया रचला गेला असं म्हणायला हरकत नाही.

या महास्फोटाच्या सिद्धान्ताची ओळख करून देण्याचे श्रेय जाते एडविन हबल या शास्त्रज्ञाला. हबल यांनी हे विश्व प्रसरण पावतंय असा

सिद्धान्त मांडला. एखादी दीर्घिका आपल्यापासून जितकी लांब अंतरावर असते तितका आपल्यापासून दूर जाण्याचा तिचा वेग जास्त असतो. हे विश्व सर्व दिशांनी दूर दूर जात प्रसरण पावत चाललंय. हे समजून घेण्यासाठी देण्यात येणारं सुप्रसिद्ध उदाहरण म्हणजे फुग्याचं. एखाद्या फुग्यावर तो फुगवायच्या आधी आपण काही ठिपके काढले आणि मग तो फुगा फुगवला तर तो फुगवताना त्यावर काढलेले ठिपके एकमेकांपासून दूर गेलेले दिसतात. तसंच काहीसं आपल्या या विश्वाचं होतंय. हबल यांच्या या निरीक्षणांमुळे महास्फोटाच्या सिद्धान्ताचा पाया तयार झाला.

विश्व प्रसरण पावतंय या सिद्धान्ताच्या उलट सिद्धान्त मांडला जातो तो 'स्टेडी स्टेट युनिव्हर्स'चा– स्थिरविश्वाचा, ज्यात या विश्वाला आदि नाही व अंत नाही. ते पूर्वापार असंच आहे आणि भविष्यातही असंच राहणार आहे. सुप्रसिद्ध शास्त्रज्ञ फ्रेड हॉईल हे महास्फोटाच्या सिद्धान्ताच्या विरोधी गटाचे आणि गंमत म्हणजे या सिद्धान्ताबद्दल उपहासात्मक टिप्पणी करताना त्यांनीच 'बिग बँग' हा शब्द योजला आणि तोच शब्द आता रूढ झाला आहे.

सध्यातरी बिग बँग म्हणजे महास्फोटाचा सिद्धान्तच बरोबर आहे असे मानले जाते. त्यानुसार सर्व दीर्घिका एकमेकींपासून दूर दूर जात आहेत. आता या दीर्घिका आपल्यापासून दूर जात आहेत हे शास्त्रज्ञ ठामपणे कसे सांगू शकतात? त्याच्या पाठीमागचं शास्त्रीय विवेचन असं की एखाद्या दीर्घिकेपासून निघालेला प्रकाश पृथ्वीपर्यंत येताना त्या दीर्घिकेच्या दूर जाण्यामुळे जास्त अंतर प्रवास करतो. पृथ्वी व दीर्घिका यामधील वाढलेल्या अंतरामुळे (ताणल्या गेलेल्या अवकाशामुळे) प्रकाश-किरण ताणले जातात. म्हणजेच त्यांची तरंग लांबी वाढते आणि ते प्रकाशाच्या वर्णपटाच्या लाल रंगाकडे सरकतात. यालाच 'रेड शिफ्ट' असे म्हणतात.

डॉप्लर परिणाम– एखाद्या हलणाऱ्या प्रकाश-स्रोतापासून निघालेला प्रकाश, तो प्रकाशस्रोत बघणाऱ्यापासून लांब जात असतो तेव्हा लाल दिसतो. महास्फोटाच्या सिद्धान्ताला पाठिंबा देणारा अजून एक पुरावा शास्त्रज्ञांना मिळालेला आहे. आर्नो पेंझिआस आणि रॉबर्ट विल्सन हे दोन शास्त्रज्ञ दूरवरच्या अवकाशातील सूक्ष्मलहरींचा वेध घेत होते. त्यावेळी त्यांना पृथ्वीच्या बाहेर ज्यांचा उगम आहे अशा आवाजाच्या

लहरी सापडल्या. तो आवाज एकाच विशिष्ट दिशेने येत नव्हता, तर सगळीकडून, सर्व दिशांतून एकाच वेळी येत होता. तो आवाज या विश्वाच्या अतिदूरच्या टोकाकडून येत होता आणि तो महास्फोटाच्या नंतर शिल्लक राहिलेला होता, असा निष्कर्ष काढण्यात आला.

बिग बँगसंबंधी रोज नवीन नवीन निरीक्षणे घेतली जाऊन नव्या नव्या कल्पना मांडल्या जात आहेत. त्यामुळे आजचे आडाखे उद्या जुने होऊ शकतात. महास्फोटातूनच हे विश्व निर्माण झालं किंवा महास्फोट, विश्वाचा आरंभ असा काही प्रकारच घडला नाही अशी दोन टोकाची मतं असलेले शास्त्रज्ञ आहेत. त्यामुळे परत आपण मूळ प्रश्नाशीच येतो.

पण महास्फोट झाला असं गृहित धरून पुढची वाट धरली तर लगेचच प्रश्न येतो तो म्हणजे महास्फोटानंतर काय झालं? महास्फोटानंतरच्या एक सेकंदाच्या आत आधी असलेली निर्वात पोकळी होती ती भरायला सुरुवात झाली आणि हे विश्व तयार होण्याच्या मार्गाला लागलं. अगदी सुरुवातीच्या अवकाशात फक्त प्लाझ्माचे अस्तित्व होते. विश्वाच्या आरंभी नेमकं काय झालं असावं याचं फक्त अनुमानच आपण लावू शकतो.

महास्फोटानंतर लगेचच्या एका सेकंदापेक्षा कमी काळात विश्वात प्रचंड प्रमाणात उष्णता होती कारण स्फोटातील मॅटर आणि अँटीमॅटरचे कण सर्व दिशांना उधळले जात होते. या दोन्ही प्रकारचे कण एकमेकांवर आदळून एकमेकांचा नाश करून मोठ्या प्रमाणावर ऊर्जा बाहेर टाकतात. जसं हे विश्व हळूहळू थंड होऊ लागलं म्हणजे साधारण स्फोटानंतर $१०^{-४३}$ सेकंदांनी मॅटर व अँटीमॅटरच्या कणांचे प्रमाण जवळजवळ सारखे होते. जो थोडा फरक होता तो मॅटरचे कण थोडे जास्त असल्यामुळे होता. त्यामुळे आजचे आपले हे विश्व मॅटरचे बनलेले आहे.

तापमान हळूहळू कमी होतानाच विश्वाचे प्रसरणही होत होते. साधारण $१०^{-६}$ सेकंद या वेळेपर्यंत प्रोटॉन व न्युट्रॉन या कणांची निर्मिती व्हायला सुरुवात झाली. नंतर तापमान हळूहळू खाली जात असताना एका विशिष्ट तापामानाला प्रोटॉन व न्युट्रॉन हे कण नव्याने तयार होणे बंद झाले. तसेच अँटी प्रोटॉनच अँटी न्युट्रॉन हेही कण तयार होणे बंद झाले. त्यामुळे आधी प्रोटॉन-अँटीप्रोटॉन आणि न्युट्रॉन-अँटीन्युट्रॉन यांच्या मारामारीत शिल्लक उरले ते मॅटरचे कण. जे मूळच्या $१०^{१०}$ कणांमधे १ या प्रमाणात शिल्लक राहिले. कुठलेही अँटीपार्टीकल्स शिल्लक राहिले नाहीत.

हीच सर्व प्रक्रिया इलेक्ट्रॉन व पॉझिट्रॉन या कणांच्या बाबतीतही घडली. सरते शेवटी उरले इलेक्ट्रॉन, प्रोटॉन, न्यूट्रॉन आणि ऊर्जा. यानंतरच्या भल्यामोठ्या कालखंडात हेच कण गुरुत्वाकर्षणामुळे एकत्र येऊन त्यातूनच वायुमेघ, तारे, दीर्घिका यांची निर्मिती झाली. सुरुवातीला छोट्या दीर्घिकांची निर्मिती झाली. छोट्या म्हणजे ज्यामध्ये फक्त काही दशलक्ष तारेच होते. बॅस्टिअन हायडेलबर्ग विद्यापीठाचे शास्त्रज्ञ यांच्या मते या अशा छोट्या दीर्घिका एकत्र येऊन पुढे १० दशलक्ष ते १०० दशलक्ष तारे असलेल्या दीर्घिकांची निर्मिती झाली. याही दीर्घिका त्यामानाने छोट्याच म्हणाव्या लागतील.

संगणकाच्या मदतीने अंदाज घेताना असे लक्षात आले की आपल्या आकाशगंगेच्या (मिल्की वे गॅलॅक्सी) आकाराइतक्या मोठ्या दीर्घिकांची निर्मिती तुलनेने अगदी नवीन आहे. हे जर खरे असेल तर त्या छोट्या छोट्या दीर्घिका गेल्या कुठे? आपल्या आकाशगंगेभोवती अशा अनेक छोट्या दीर्घिकांनी रिंगण धरायला पाहिजे होतं. पण प्रत्यक्षात अशा दीर्घिका सापडत नाहीत. दोन मॅगेलॅनिक क्लाऊड (आपल्या आकाशगंगेच्या सॅटेलाईट गॅलॅक्सी) आणि अजून थोड्या अशा दीर्घिका सोडल्या तर बाकी काही सापडत नाही. मग त्या शेकडो छोट्या दीर्घिका गेल्या कुठे? याचे एक उत्तर म्हणजे आपल्या आकाशगंगेने या सर्व छोट्या दीर्घिकांना खाऊन टाकले म्हणजे स्वत:मधे सामावून घेतले असेल.

एकंदर हे विश्वनिर्मितीचं कोडं जितकं खोलात शिरू तितकं अवघड आणि तितकंच मनोरंजकही होत जातं.

विश्वजन्माप्रमाणेच या विश्वाचा शेवट कसा होईल हाही माणसाच्या कुतूहलाचा विषय राहणार आहे. काही शास्त्रज्ञांच्या मते हे विश्व प्रसरण पावत आहे. प्रसरण पावताना कुठल्यातरी एका ठिकाणी एका वेळी त्याने प्रसरणाचा महत्तम बिंदू गाठलेला असेल. तिथून मात्र त्याचा अवपात (कोलॅप्स) व्हायला सुरुवात होईल. परत सर्व मॅटर वस्तुमान जवळ जवळ यायला लागेल. तापमानात प्रचंड वाढ व्हायला लागेल आणि विश्वनिर्मितीच्या वेळेला जी परिस्थिती होती, तशीच परत निर्माण होऊन 'बिग बँग'च्या उलट 'बिग क्रंच' होऊन परत सर्व विश्व एका बिंदूत सामावलं जाईल.

■

अवकाशातील अंतरे (अणुपासून ब्रह्मांडापर्यंत)

अवकाशातील अंतरांचे अगडबंब आकडे ऐकले की सामान्य माणसाला तोंडात बोटं घालायची वेळ येते. इतकी प्रचंड अंतरं आपल्या कल्पनेतही बसत नाहीत. मोठ्या मोठ्या आकड्यांना म्हणूनच इंग्रजीमध्ये 'ॲस्ट्रॉनॉमिकल फिगर्स' असंच म्हणतात.

सूर्यमालेतील आपला सगळ्यात जवळचा शेजारी 'चंद्र' याचं पृथ्वीपासूनचं अंतर ३ लाख ८४ हजार कि.मी. आहे. हे अंतर कापायला ७०च्या दशकात मानवाला चार दिवस लागले. आता आपण तंत्रज्ञानात खूपच प्रगती केली आहे. त्यामुळे हेच अंतर कापायला 'न्यू होरायझन' या अवकाशयानाला फक्त नऊ तास लागले. तिथून पुढे हे यान प्लुटोकडे मार्गस्थ झाले आहे. आता शास्त्रज्ञ मंगळावर स्वारी करायची मनीषा मनात बाळगून आहेत. इतर ग्रहांच्या मानाने मंगळ आपल्या जवळ आहे. म्हणजे फक्त ७.५ कोटी कि.मी. अंतरावर आहे.

खगोलशास्त्रातलं एक मूलभूत एकक आहे 'ज्योतिषीय एकक' ज्याला 'ॲस्ट्रोनॉमिकल युनिट' (A.U.) असे म्हणतात. एक A.U. म्हणजे सूर्य व पृथ्वीमधलं १५ कोटी कि.मी. हे सरासरी अंतर होय. सूर्यमालेच्या सरहद्दीवरचा ग्रह नेपच्यून हा सूर्यापासून साधारण ३० ज्योतिषीय एककाच्या अंतरावर म्हणजे ४५० कोटी कि.मी. अंतरावर आहे.

ही तर फक्त आपल्या घरातली म्हणजे आपल्या सूर्यमालेतली अंतरं आहेत. सूर्यमालेच्या बाहेर पडलं की हे ज्योतिषीय एकक पुरे पडत नाही. जसं काश्मीरपासून कन्याकुमारीपर्यंतचं अंतर किलोमीटरच्याऐवजी सेंटिमीटरमध्ये सांगायला गेलं तर कसं होईल तसं अवकाशातील

अंतराचं ज्योतिषीय एककाच्या बाबतीत होईल. मग अवकाशातील अंतर मोजायला 'प्रकाशवर्ष' हे एकक शास्त्रज्ञांनी योजलं. प्रकाशवर्ष असं जरी म्हणत असले तरी हे काळाचं माप नसून अंतराचं माप आहे. प्रकाशाच्या वेगाने (म्हणजे एका सेकंदाला ३×१०^{१०} सेंटीमीटर) एका वर्षात कापलं गेलेलं अंतर म्हणजे एक प्रकाश वर्ष. ते येतं $१०^{१३}$ कि.मी. एकावर तेरा शून्य म्हणजे १० हजार अब्ज कि.मी.

नुकतंच असं वाचनात आलं की आपल्या सूर्यानंतर आपल्याला सर्वांत जवळ असलेला तारा ज्याला 'मित्र तारा' याच नावाने संबोधतात, तो तारा आपल्यापासून ४.३६ प्रकाशवर्षे एवढ्या अंतरावर आहे. त्याचे पाश्चात्य नाव 'अल्फा सेंटॉरी' असे आहे. प्रत्यक्षात 'अल्फा सेंटॉरी' हा एक तारा नसून तीन ताऱ्याचं त्रिकुट आहे. आपल्याला तो लांबून एक तारा वाटतो. प्रत्यक्षात तिथे ३ तारे एकमेकांभोवती फिरतात. ते तीन तारे म्हणजे 'अल्फा सेंटॉरी ए', 'अल्फा सेंटॉरी बी' आणि 'प्रॉक्झिमा सेंटॉरी'. प्रॉक्झिमिटी म्हणजेच जवळ असणे आणि खरंच त्या तीन ताऱ्यांपैकी 'प्रॉक्झिमा सेंटॉरी' हाच तारा आपल्यापासून सर्वांत जवळ म्हणजे ४.२२ प्रकाशवर्षं अंतरावर आहे.

अशा या मित्राला भेटायला जायचं आपण ठरवलं तर आपल्याला ताशी १ लाख कि.मी. या वेगाने जाणारे अवकाशयान तयार करावे लागेल आणि इतक्या अतिवेगवान अवकाशयानाने प्रवास करूनही या ताऱ्यावर पोहोचायला आपल्याला ४५ हजार वर्षे लागतील.

आपल्या सगळ्यात जवळ असणाऱ्या ताऱ्याची ही कथा! सूर्य आणि आकाशात दिसणारे असंख्य तारे हे आपल्या आकाशगंगेचे घटक आहेत. अवकाशात असणाऱ्या असंख्य दीर्घिकांपैकी (गॅलॅक्सीपैकी) आकाशगंगा ही एक दीर्घिका आहे. मधे फुगवटा असलेली सर्पिलाकृती तबकडी असा आपल्या या आकाशगंगेचा आकार आहे.

कडेने बघितल्यास एखाद्या लाटण्यासारखी, पण मधला भाग टम्म फुगलेल्या पुरीसारखा, अशी दिसते. आकृती क्र. २ मध्ये दाखविलेल्या चित्रात अ ते ब हे अंतर १ लाख प्रकाशवर्षे एवढे आहे, तर क ते ड हे अंतर १०,००० प्रकाशवर्षे एवढे आहे. आकाशगंगेच्या एका भुजेमध्ये एक बारकासा ठिपका म्हणजे आपली सूर्यमाला आहे.

आपल्या आकाशगंगेसारख्या आणखी वीस दीर्घिकांचा मिळून एक

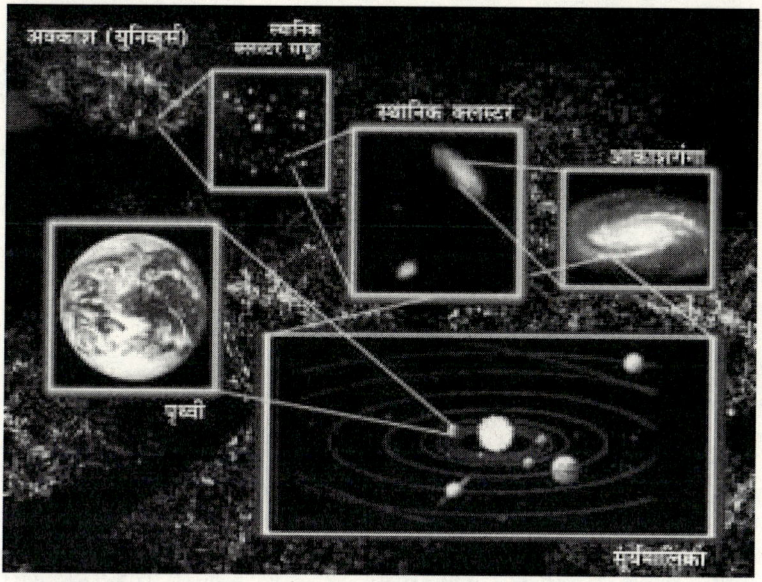

गट अवकाशात ३ दशलक्ष प्रकाशवर्षे व्यासाच्या वर्तुळात फिरतो आहे. या दीर्घिकांच्या गटाला 'क्लस्टर' असे म्हणतात. हे २० दीर्घिकांचे क्लस्टर हे त्यातल्या त्यात छोटे क्लस्टर आहे. या क्लस्टरपासून १० ते १५ दशलक्ष प्रकाशवर्षे दूरपर्यंत अशी अनेक छोटी क्लस्टर्स पसरलेली आहेत. तिथून सगळ्यात जवळचे महत्त्वाचे क्लस्टर साधारण ५० दशलक्ष प्रकाशवर्षे अंतरावर आहे. या क्लस्टरमध्ये हजार तरी दीर्घिका असतील. तिथून ५०० दशलक्ष प्रकाशवर्षे अंतरावर खरे मोठे क्लस्टर आहे, ज्यात किमान १०,००० तरी दीर्घिका असतील. अशा किती दीर्घिका आणि त्यांचे किती क्लस्टर्स; किती दूरपर्यंत परसलेले आहेत याची कोणालाच कल्पना नाही. आपण कल्पनाही करू शकत नाही.

शास्त्रज्ञांना काही दीर्घिका कितीतरी हजार दशलक्ष प्रकाशवर्षे एवढ्या अंतरावर सापडलेल्या आहेत, तर काही १०,००० दशलक्ष प्रकाशवर्षे एवढ्या अंतरावर आहेत. हे अवकाशाचे अंतिम टोक असू शकते का यावर शास्त्रज्ञांचे एकमत नाही. या प्रचंड ब्रह्मांडाचा अंतिम बिंदू अजून तरी शास्त्रज्ञांच्या आवाक्यात आलेला नाही.

दहा हजार दशलक्ष प्रकाशवर्षे एवढ्या दूरच्या अंतरावरच्या दीर्घिकांचे आपण वेध घेऊ शकतो एवढी तंत्रज्ञानात आपण प्रगती केलेली आहे. ब्रह्मांडाचा वेध घ्यायचा मानवाने त्याच्या बुद्धीमत्तेच्या जोरावर जसा प्रयत्न केला तसाच अणुच्या पोटात डोकावण्याचाही पराक्रम केला आहे.

काही वर्षापर्यंत असा समज रूढ होता की अणु हा पदार्थाचा सगळ्यात छोटा कण आहे ज्याचे पुढे आणखी विभाजन होऊ शकत नाही. पण नंतर इलेक्ट्रॉन, प्रोटॉन आणि न्यूट्रॉन या अणुच्या पोटात दडलेल्या घटकांचा शास्त्रज्ञांना शोध लागला. हे बारीकातले बारीक कण बघायला शास्त्रज्ञांनी एकापेक्षा एक सरस अशी सूक्ष्मदर्शक यंत्रे बनवली. या यंत्राच्या साहाय्याने आपण किती खोलवर आतमध्ये उतरू शकतो म्हणजे किती सूक्ष्म कण बघू शकतो ते बघा.

आता १ किलोमीटर म्हणजे १०० मीटर. १ मीटर म्हणजे आपलं कापड मापायचं सर्वसाधारण माप– १ ब्लाऊजपीस साधारण एका मीटरचा असतो. त्याचा हजारावा भाग म्हणजे १ मिलीमीटर (1mm). लहान मुलांच्या फुटपट्टीवर 1mm हे सगळ्यात छोटे माप दर्शविलेले असते. त्याचा हजारावा हिस्सा घेतला तर १ भाग म्हणजे १ मायक्रोमीटर, जो आपल्याला फूटपट्टीवर मोजता येणार नाही. साध्या डोळ्यांना दिसणारही नाही अशा १ मायक्रोमीटरचा १ हजारावा भाग म्हणजे १ नॅनोमीटर म्हणजे १ मीटरचा अब्जावा भाग. (१ नॅनोमीटर = $१०^{-९}$) एका नॅनोमीटरमध्ये हायड्रोजनचे १० अणु शेजारी शेजारी बसू शकतील.

मानवाने आपल्या बुद्धिमत्तेच्या जोरावर ब्रह्मांडात दूरपर्यंत भरारी मारलीय, तितकीच खोलवर अणुगर्भापर्यंत डुबकी मारली आहे.

अणुहुनीया थोकडा।
तुका आकाशाएवढा।।

या तुकाराममहाराजांच्या उक्तीचा प्रत्यय, जो आज हजारो वर्षे भारतीय तत्त्वज्ञ घेत आहेत तो प्रत्यय किंवा ती आध्यात्मिक उन्नती सर्वसाधारण माणसाला किंवा आताच्या शास्त्रज्ञांना साधली असं म्हणता येईल का?

■

दुर्बिणींनी घडवलेली खगोल शास्त्रातील क्रांती

खगोलशास्त्र या विषयात मानवाला आत्ताच औत्सुक्य निर्माण झालं आहे असं नाही. फार प्राचीन काळापासून त्याला रात्रीच्या आकाशात चमकणाऱ्या ताऱ्यांबद्दल कुतूहल वाटत आलं आहे. बरीच वर्षं माणूस साध्या डोळ्यांनीच आकाश निरीक्षण करीत होता. तारे, नक्षत्र, त्यांचे विविध काल्पनिक आकार, त्यांची सतत बदलणारी जागा, ऋतुचक्र, सूर्योदय, सूर्यास्त, ग्रहणे, धूमकेतू अशा असंख्य गोष्टींचा अभ्यास मानव करीत होता, नोंदी करीत होता. पण साध्या डोळ्यांनी दिसणाऱ्या दृष्याच्या पलीकडे काय असेल याची कल्पनाही त्याला करता येत नव्हती.

दुर्बिणीच्या शोधामुळे खगोलशास्त्राच्या इतिहासात क्रांतीच झाली. गॅलिलिओने सुरुवातीला वापरलेली दुर्बीण आणि आत्ताची अत्याधुनिक 'हबल' दुर्बीण यात जमीन अस्मानाचा फरक आहे. 'हबल'शिवाय अजूनही अनेक प्रकारच्या दुर्बिणींचा शोध शास्त्रज्ञांनी लावला आणि त्यामुळे माणसाच्या विश्वासंबंधीच्या माहितीत मोलाची भर पडली आहे.

मध्ययुगात युरोपमधील चर्चच्या धर्मगुरूंचा हट्टाग्रहच होता की पृथ्वी ही सर्व विश्वाच्या केंद्रस्थानी असून सूर्यासह इतर ग्रह, तारे, पृथ्वीभोवती भ्रमण करतात. परंतु वैज्ञानिक, विचारवंत यांच्या निरीक्षणातून आणि गणितातून असं सिद्ध होत होतं की सूर्य हा केंद्रस्थानी असून पृथ्वी त्याच्याभोवती फिरते आहे. कोपर्निकस या सुप्रसिद्ध शास्त्रज्ञाने प्रथम सूर्यकेंद्रित सूर्यमालेची कल्पना मांडली. त्यात १६०८ साली हान्स लिपरशे याने दुर्बिणीचा शोध लावला. गॅलिलिओने या शोधानंतर

स्वत:ची दुर्बीण बनवली आणि आकाश निरीक्षणासाठी दुर्बिणीचा उपयोग करणारा तो पहिला शास्त्रज्ञ ठरला. त्या दुर्बिणीतून निरीक्षणे घेऊन त्याने अनेक महत्त्वाचे शोध लावले. शुक्र या ग्रहाच्या चंद्रासारख्या कला दिसतात हे दुर्बिणीने केलेल्या निरीक्षणातूनच शोधलं. या शोधामुळे कोपर्निकसच्या सूर्यकेंद्रित सूर्यमालेच्या कल्पनेला भक्कम आधार मिळाला. गॅलिलिओने ठासून प्रतिपादन केले की सूर्यमालेच्या केंद्रस्थानी पृथ्वी नसून सूर्यच आहे. त्यामुळे त्याला ख्रिश्चन धर्मगुरूंच्या रोषाला तोंड द्यावं लागलं. चर्चने गॅलिलिओचा शारीरिक व मानसिक छळ केला जाईल अशी धमकी देऊन पृथ्वीच या विश्वाच्या केंद्रस्थानी आहे असे जबदरस्तीने त्याच्याकडून वदवून घेतले. गॅलिलिओला स्वत:च्याच घरात नजरकैदेत असताना मृत्यू आला.

आकाशाकडे दुर्बीण रोखून गॅलिलिओने खगोलशास्त्रात मोठी क्रांती घडवून आणली. दुर्बिणीतून गुरूचे चार चंद्र सर्वप्रथम पाहण्याचा मान गॅलिलिओलाच मिळाला. त्या चार चंद्रांना 'गॅलिलियन' असेच नाव दिलेले आहे.

'हबल' टेलिस्कोप'

भिंगांचा उपयोग करून आकाशातील छोटा बिंदू मोठा दिसू शकतो हा शोध क्रांतीकारी ठरला. सुरुवातीच्या दुर्बिणी अगदी साध्या बनावटीच्या होत्या. त्यांत अनेक दोष होते. हळूहळू त्यात सुधारणा होत गेली. एक एक दोष नाहीसा करत एका पेक्षा एक शक्तिशाली दुर्बिणी तयार होऊ लागल्या.

दुर्बिणी रिफ्लेक्टिंग आणि रिफ्रॅक्टिंग अशा दोन प्रकारच्या होत्या. रिफ्रॅक्टिंग दुर्बिणीत नळीच्या एका टोकाला बहिर्गोल भिंग असते ज्याला ऑब्जेक्टिव्ह लेन्स म्हणतात. तर दुसऱ्या टोकाला एक छोटे भिंग– ज्याला आयपिस म्हणतात– असते. ताऱ्यांकडून येणारा प्रकाश मोठ्या बहिर्गोल भिंगावर पडतो.

त्यातून बाहेर पडताना प्रकाशाचे वक्रीभवन होते आणि वस्तूची प्रतिमा उलटी दिसते. दुसऱ्या भिंगामुळे प्रकाशाचे परत वक्रीभवन होते व प्रतिमा मोठी दिसते.

रिफ्लेक्टिंग दुर्बिणीत नळीच्या एका टोकाला एक मोठा अंतर्गोल आरसा असतो. त्यावर बाहेरून येणारे प्रकाश-किरण पडून फोकल पॉईंटवर जमा होतात. तिथे एका छोट्या सपाट आरशावरून परावर्तित होऊन आपल्याला आयपिसमधून म्हणजे एका भिंगातून मोठी झालेली प्रतिमा दिसते.

दोन्ही प्रकारच्या दुर्बिणींची ही मूलभूत रचना आहे. यामधे असंख्य बदल करून अजून शक्तिशाली भिंगे व आरसे वापरून आता मोठाल्या दुर्बिणी तयार करण्यात आल्या आहेत.

ब्रिटिश संशोधक सर आयझॅक न्यूटन यांनी १६७३ मधे रिफ्लेक्टिंग दुर्बीण बनवली. त्यानंतर १७८९ मधे विल्यम हर्षेल यांनी त्यावेळच्या सगळ्यात मोठ्या दुर्बिणीचे आरेखन तयार केले. १८८० मधे पहिल्या बायनॉक्युलरचा शोध लागला ज्यामधे प्रिझमचा वापर केलेला होता. बायनॉक्युलर म्हणजे थोडक्यात दोन डोळ्यांसाठी दोन वेगळ्या दुर्बिणी! दोन रिफ्रॅक्टिंग दुर्बिणी एकमेकांना जोडल्या की बायनॉक्युलर तयार होतो. माऊंट विल्सन येथील प्रसिद्ध दुर्बीण १९१७ साली अमेरिकेतील कॅलिफोर्निया येथे उभारण्यात आली तर माऊंट पॅलोमार येथील आत्तापर्यंतची सगळ्यात मोठी रिफ्लेक्टिंग दुर्बीण १९४८ साली बांधून पूर्ण करण्यात आली. आत्ता अत्याधुनिक अशी सगळ्यात मोठी रिफ्लेक्टिंग दुर्बीण 'केक' (keck) हवाई येथील मॉना के या ज्वालामुखीच्या डोंगरावर आहे. तिचा मोठा आरसा छत्तीस षटकोनी आरशांनी बनला आहे.

या सर्व दुर्बिणी दृश्य प्रकाशाच्या लहरी ग्रहण करणाऱ्या आहेत.

१६६७ साली आयझॅक न्यूटन यांनी प्रकाश हा सात रंगांचा मिळून बनलेला असल्याचे प्रतिपादन केले. प्रकाशाचे किरण एखाद्या प्रिझममधून बाहेर पडताना सात रंगांत विभागले जातात. म्हणजे त्यांचा वर्णपट (spectrum) आपल्याला दिसतो. सूर्याच्या प्रकाशाचा वर्णपट हा अनेक लहरींचा मिळून बनलेला असतो. ज्यात मानवी डोळ्यांना न दिसणाऱ्या लहरी जास्त तर दृष्य प्रकाशाची व्याप्ती अगदी कमी असते. दृष्य प्रकाशात रंगांचा समावेश असतो, तांबड्यापासून निळ्या रंगापर्यंत.

मात्र तांबड्या रंगानंतर जास्त तरंग लांबीचे अवरक्त किरण (infra red), त्यानंतर मायक्रोवेव्ह व नंतर रेडिओ वेव्ह्ज हे आपल्याला साध्या डोळ्यांनी दिसत नाहीत. तसेच निळ्या रंगाच्या आधी त्यापेक्षा कमी तरंग लांबीचे अतिनील (ultra-violet) किरण, त्याआधी क्ष-किरण आणि त्याच्याही आधी सर्वांत कमी तरंग लांबीचे गॅमा किरण असतात. हे आपल्याला साध्या डोळ्यांनी दिसत नाहीत. स्कॉटिश भौतिक शास्त्रज्ञ जेम्स मॅक्सवेल यांनी प्रकाश म्हणजे विद्युत चुंबकीय किरणांचा प्रकार असून त्याच्या लहरींच्या वर्णपटाचे अस्तित्व सिद्ध केले. या वर्णपटात प्रत्येकाची तरंग लांबी (wave length) वेगळी असते. रेडिओ वेव्हजची तरंग लांबी सगळ्यात जास्त आणि वारंवारिता सगळ्यात कमी, तर गॅमा किरण तरंग लांबी सगळ्यात कमी आणि वारंवारिता सगळ्यात जास्त आणि त्यामुळे ऊर्जा ही सगळ्यात जास्त असते.

वर्णपटातील या अनेक लहरींचा उपयोग करून विविध प्रकारच्या दुर्बिणी बनवण्यात शास्त्रज्ञ यशस्वी झाले आहेत. या विश्वात अशा अनेक गोष्टी आहेत ज्या दृष्य प्रकाशात दिसत नाहीत पण त्याच गोष्टी अवरक्त (infra red) किरणांच्या माध्यमाने बघता येतात. त्यामुळे या विश्वाचा एक नवीनच चेहरा समोर येत आहे. अमावस्येच्या रात्री घनदाट अरण्यात आपल्याला डोळ्यात बोटं घातली तरी दिसणार नाही. पण जर अवरक्त किरणांची दृष्टी आपल्याला प्राप्त झाली तर अनेक गोष्टी त्या अंधारातही दिसतील. याच गोष्टीचा उपयोग खगोलशास्त्रज्ञांनी करून घेतला आहे. 'इन्फ्रारेड व्हिजन' म्हणजे 'अवरक्त किरणांची दृष्टी' खगोलशास्त्रज्ञांना मोठे वरदानच ठरली आहे.

विश्वातील प्रत्येक वस्तू वर्णपटातील सर्व लहरी उत्सर्जित करू शकत नाहीत. उदाहरणार्थ गॅमा किरण उत्सर्जित होण्यासाठी अतिउच्च तापमानाची म्हणजे १ अब्ज सेल्सिअसपेक्षा जास्त तापमानाची गरज असते. तर विश्वातील प्रत्येक वस्तू अवरक्त किरण उत्सर्जित करते.

ॲबसोल्यूट झीरो (Absolute Zero)

आंतरराष्ट्रीय प्रमाणानुसार स्केलवरील 0° म्हणजे ॲबसोल्यूट झीरो = 0°K सेल्सिअस स्केलवर तेच –273.15°C येतं.

निरपेक्ष तापमान – Absolute Temperature

(Temperature measured relative to absolute zero is Absolute Temperature)

Charle's law is the basis of a new scale of temperature, called absolute scale besides centrigrade and Fahreinheit.

Temperature on absolute scale (T) is defined as T = 273.15 + t°C. It is also called Kelvin scale of Temperature.

Absolute 0°K = –273.15°C

कुठलीही वस्तू –273°C पेक्षा जास्त उष्ण असेल तर ती अवरक्त किरण उत्सर्जित करते. सेल्सिअस स्केल वरील 0° हेच तापमान अतिशीत आहे. त्याहीपेक्षा खाली म्हणजे –273°C पेक्षा जास्त उष्ण असल्यास वस्तू अवरक्त किरण उत्सर्जित करते. कुठलीही वस्तू –273°C पेक्षा म्हणजेच निरपेक्ष तापमानापेक्षा (absolute temperature) जास्त उष्ण असेल तर ती अवरक्त किरण उत्सर्जित करते. मानवी शरीरही अवरक्त किरण उत्सर्जित करते. ब्रह्मांडातील कुठलीही वस्तू कमी-जास्त प्रमाणात अवरक्त किरण उत्सर्जित करतेच. असे अवरक्त किरण ग्रहण करू शकणारी दुर्बीण असेल तर अवकाशातील अक्षरशः असंख्य रहस्यं उलगडता येतील. अशीच एक दुर्बीण 'स्पिट्झर टेलिस्कोप' २५ ऑगस्ट २००३ रोजी नासाने अवकाशात प्रक्षेपित केली. तिच्या साहाय्याने विश्वातील अति गुह्यतम रहस्ये उलगडत आहेत. दृश्य प्रकाशाच्या दुर्बिणीतून जे कधीही दिसू शकणार नाही ते या दुर्बिणीमुळे दिसतंय.

'स्पिट्झर टेलिस्कोप'

उदाहरणार्थ, (१) विश्वाचे प्रसरण होत असल्यामुळे सर्वच दीर्घिका एकमेकींपासून दूर जात आहेत. अशा दूरवरच्या दीर्घिकांवरून येणाऱ्या

प्रकाश-किरणांची तरंग लांबी वाढते म्हणजेच वर्णपटात ते लाल रंगाकडे सरकतात. याला 'ताम्रसृती' (रेड शिफ्ट) असे म्हणतात. दूर जात असलेल्या दीर्घिकांचा वेग जेवढा जास्त तेवढी त्याची ताम्रसृती वाढते. आणि जेवढी ताम्रसृती जास्त, तेवढं अधिक दूरवर म्हणजे दूरच्या भूतकाळात आपण बघतो. काही खगोलीय वस्तूंपासून निघालेला प्रकाश आपल्यापर्यंत पोहोचायला लाखो वर्षे लागतात. याचाच अर्थ आपण जो प्रकाश पाहतो म्हणजे जो तारा किंवा दीर्घिका बघतो, तो लाखो वर्षांपूर्वी जसा दिसत होता, तसा आपण आता बघतो. म्हणजेच आपण भूतकाळात डोकावून बघतो आहोत. **(याचाच अर्थ हे विश्व वयाने लहान असताना जसे दिसत होते, तसे ते आपण आत्ता बघतोय.)**

(२) दुसरं उदाहरण नवजात ताऱ्यांचं देता येईल. विश्वात अनेक ठिकाणी तेजोमेघांच्या अंतरंगात नवीन तारे जन्माला येत असतात. ज्यांना 'निअर इन्फ्रारेड रेज' म्हणतात, अशा किरणांनी या तेजोमेघाचे आवरण भेदून त्याच्या आत डोकावून बघता येते. **म्हणजे स्पिट्झर दुर्बिणीच्या साहाय्याने आपण ताऱ्यांचा जन्म होताना बघू शकतो.**

(३) अतिदूर अंतरावर असणाऱ्या परग्रहावरून येणारा प्रकाश ही दुर्बीण ग्रहण करू शकते. म्हणजे एक प्रकारे **परग्रहावरील जीवसृष्टीचा वेध आपण स्पिट्झरमुळे घेऊ शकतो.**

(४) आपल्यापासून ३ अब्ज प्रकाशवर्षे (१ प्रकाशवर्ष = 5.878×10^{12} मैल) इतक्या अंतरावर असणाऱ्या एका दीर्घिकेमधे 'सेंद्रीय रेणूचे' (Organic molecule) अस्तित्व 'स्पिट्झर'ने दाखवून दिले आहे. जीवनाच्या विकासासाठी अशाच प्रकारच्या रेणूंची आवश्यकता असते. याचा अर्थ पुढे-मागे **आपल्या सुदूर विश्वात जीवसृष्टी सापडण्याची शक्यता आहे.**

स्पिट्झर दुर्बिणीने खगोल शास्त्रज्ञांना खरोखरीच तिसरा डोळा मिळवून दिला आहे.

अवरक्त किरणांप्रमाणेच क्ष-किरणे ग्रहण करणारी दुर्बीण नासाने बनवली आहे. जगभरातील लोकांची पसंती लक्षात घेऊन या दुर्बिणीचे नाव भारतीय वंशाचे खगोलशास्त्रज्ञ 'चंद्रशेखर सुब्रह्मण्यम' यांच्या सन्मानार्थ 'चंद्रा' ठेवले आहे.

२३ जुलै, १९९९ रोजी कोलंबिया स्पेस शटलच्या मार्फत 'चंद्रा X-ray observatory' अंतराळात प्रक्षेपित करण्यात आली. 'चंद्रा' दुर्बीण

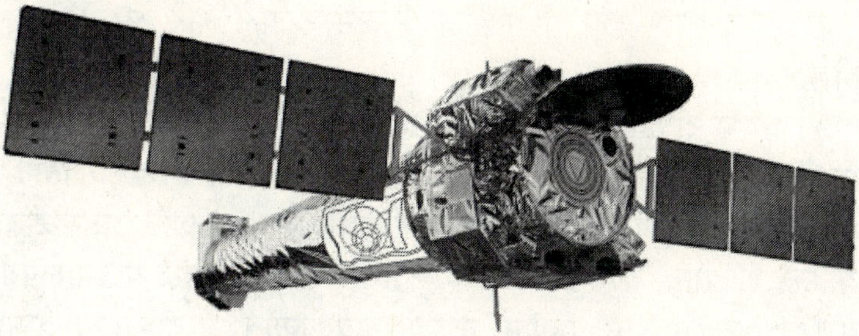

'चंद्रा X-ray observatory'

केवळ क्ष-किरण ग्रहण करीत असल्याने तिची रचना पारंपरिक पद्धतीची नसून अगदी निराळी आहे. यात अंतर्गोल आरसा नसून पॅराबोलिक व हायपरबोलिक अशा अतिशय गुळगुळीत (smooth) पृष्ठभागांचा उपयोग केला आहे. या पृष्ठभागांवरून क्ष-किरण विचलित केले जाऊन एका बिंदूवर गोळा केले जातात. तिथे स्पष्ट प्रतिमा तयार होऊन, त्यावर प्रक्रिया होऊन आपल्याला खगोलीय वस्तूची प्रतिमा दिसते.

'चंद्रा' दुर्बीण अवकाशात १३ अब्ज प्रकाशवर्षे एवढ्या अफाट अंतरापर्यंत बघू शकते.

'कृष्णविवर' (black hole) हे 'चंद्रा' दुर्बिणीचे महत्त्वाचे कार्यक्षेत्र आहे. कृष्णविवराने आकर्षित केलेली वस्तू प्रथम त्याच्याभोवती अतिवेगाने भ्रमण करते. अशा वेळी तिच्यातून क्ष-किरण उत्सर्जित होतात किंवा असेही म्हणता येईल की क्ष-किरणांचे उत्सर्जन होते तिथे कृष्णविवर असण्याची शक्यता असते.

'क्वेसार' या गूढ अशा आणि प्रचंड प्रमाणात ऊर्जा बाहेर टाकणाऱ्या खगोलीय वस्तूचाही 'चंद्रा' वेध घेऊ शकते.

चंद्रा दुर्बिणीने लावलेले काही शोध–

१) आपल्या आकाशगंगेतील केंद्रस्थानी असलेल्या महाशक्तिशाली कृष्णविवरातून उत्सर्जित होणाऱ्या क्ष-किरणांची नोंद 'चंद्रा'ने केली आहे.

२) ययाती तारकासमूहातील एक मोठी दीर्घिका (galaxy) एका छोट्या दीर्घिकेला गिळू पाहतेय हे 'चंद्रा'ने दाखवून दिले आहे. जसं

समुद्रात मोठा मासा छोट्या माशाला गिळून आपले पोट भरतो, तसेच काहीसे.

३) वृषभ राशीतील सुप्रसिद्ध 'क्रॅब नेब्युला'मधील वेगाने परिवलन करणाऱ्या न्यूट्रॉन ताऱ्याच्या भोवतीचे वलय 'चंद्रा'ने दाखवून दिले.

अवरक्त किरण, क्ष-किरण ग्रहण करणाऱ्या दुर्बिणी अंतराळातच कार्य करू शकतात. कारण हे किरण पृथ्वीच्या वातावरणामुळे पृष्ठभागापर्यंत पोहोचू शकत नाहीत. म्हणून त्यांना अवकाशात पृथ्वीभोवती भ्रमण करीत ठेवावे लागते.

गॅमा किरण– वर्णपटातील इतर सर्व लहरींपेक्षा गॅमा किरणांची तरंगलांबी सगळ्यात कमी व त्यातील ऊर्जा सगळ्यात जास्त, उच्चतम असते.

'कॉम्प्टन' दुर्बीण ही गॅमा किरणांचा उपयोग करून घेणारी दुर्बीण होती. अतिदूर अंतरावरून येणारे गॅमा किरण पृथ्वीच्या वातावरणात शोषले जातात. म्हणून गॅमा किरणांचा वेध घेणारी दुर्बीण पृथ्वीच्या वातावरणाच्या बाहेर अंतराळात स्थित करण्यात आली होती.

विश्वातील अतितप्त ठिकाणे, अतिनवताऱ्यांचे महास्फोट (supernovae), न्यूट्रॉन तारे, पल्सार्स, क्वेसार्स, कृष्णविवरे इत्यादी गॅमा किरणांची उगमस्थाने आहेत.

विश्वामधे कुठेही अचानक गॅमा किरणांचा उद्रेक होतो आणि अक्षरश: क्षणात प्रचंड ऊर्जा अवकाशात फेकली जाते. कॉम्प्टन दुर्बिणीने आपल्या ११ वर्षांच्या कार्यकालात २६००पेक्षा जास्त गॅमा किरण उद्रेकांची नोंद केली. ही दुर्बीण ४ जून २००० रोजी मुद्दामहून पॅसिफिक महासागरात पाडण्यात आली. दुर्बिणीच्या यंत्रणेत हळूहळू बिघाड होत होता. अशाने भविष्यात ती पृथ्वीवर दाट लोकवस्तीच्या प्रदेशात पडली असती. ते टाळण्यासाठी ती समुद्रात पाडावी लागली.

आपल्या आकाशगंगेतील जड मूलद्रव्यांचा शोध हे कॉम्प्टन दुर्बिणीचे महत्त्वाचे कार्य होते.

सूर्य हा गॅमा किरणांचा मोठा स्रोत असावा असे वाटत असले तरी ते चूक आहे. गंमत म्हणजे गॅमा किरणांत चंद्र-सूर्यापेक्षा कित्येक पट जास्त तेजस्वी दिसतो.

रेडिओ दुर्बीण : अवरक्त, गॅमा किरण किंवा क्ष-किरणांचा वापर

करणाऱ्या दुर्बिणीसारखी रेडिओ दुर्बीण अंतराळात स्थित करावी लागत नाही. ती जमिनीवरच पण लोकवस्तीपासून दूर अंतरावर बसवलेली असते. हे साधारण दृश्य प्रकाशाच्या दुर्बिणीसारखेच आहे. गावातील प्रकाशाचे प्रदूषण टाळण्यासाठी अशा दुर्बिणी गावापासून दूर उंच डोंगरावर असतात. रेडिओ दुर्बीणसुद्धा दाट लोकवस्तीमुळे होणाऱ्या रेडिओ, टीव्ही, रडार वगैरेंच्या लहरींच्या ढवळाढवळीपासून दूर राहण्यासाठी गावाबाहेर बहुतेक करून खोल दरीसारख्या भागात बसवलेली असते. ही दुर्बीण नेहमीच्या पारंपरिक दुर्बिणीसारखी नसून भल्या मोठ्या पॅराबोलिक डिश अँटेनाची बनलेली असते. यामधे कधी एक, तर कधी अनेक डिश अँटेना एकत्र जोडलेल्या असतात.

तारे, दीर्घिका, तेजोमेघ यांनी उत्सर्जित केलेल्या रेडिओ लहरी ग्रहण करण्याचे काम या रेडिओ दुर्बिणीच्या डिश अँटेना करतात.

भारतीयांना, विशेषत: महाराष्ट्रातील माणसांना अभिमान वाटावा अशी गोष्ट म्हणजे पुण्याजवळ खोडद येथे नारायणगावाजवळ GMRT म्हणजे 'जायंट मीटरवेव्ह रेडिओ टेलिस्कोप' उभारण्यात आली आहे.

हबल अवकाश दुर्बीण : पृथ्वीच्या पाठीवर कुठेही, कितीही उंचावर दुर्बीण (दृष्य प्रकाशाची) बसवली तरी ढगाळ हवा, वारा, पाऊस, दिवसाचा उजेड या गोष्टींचा त्रास निरीक्षकाला सोसावाच लागतो. म्हणून मग एखादी दृश्य प्रकाशाची दुर्बीण (optical telescope) पृथ्वीच्या वातावरणाच्या बाहेरच पाठवली तर या सगळ्या अडचणींपासून सुटका होईल असे शास्त्रज्ञांना वाटले. यासाठी 'हबल' दुर्बीण अवकाशात सोडण्यात आली.

विश्वातील दीर्घिका आपल्या आकाशगंगेपासून दूर दूर जात आहेत आणि त्यांचा वेग अंतराच्या प्रमाणात बदलतो हा 'एडविन हबल' यांचा शोध क्रांतीकारक ठरला. हा शोध जाहीर झाल्यावर सुप्रसिद्ध शास्त्रज्ञ आइनस्टाईन यांनी असे उद्‍गार काढले की 'आयुष्यात मी एक फार मोठी चूक केली'. आइनस्टाईन यांचा विश्वाच्या प्रसरण पावण्यावर विश्वास नव्हता.

२४ एप्रिल १९९० रोजी अवकाशात सोडलेल्या दुर्बिणीला 'एडविन हबल' यांच्या स्मरणार्थ त्यांचे नाव देण्यात आले. या दुर्बिणीने खगोल निरीक्षकांना विश्वाच्या खजिन्याचा पेटाराच जणू उघडून दिला आहे.

आत्तापर्यंत 'हबल'ने ७५,००० पेक्षा जास्त दुर्मिळ छायाचित्रे पृथ्वीवर पाठवली आहेत.

या विश्वाचा केवळ विस्तारच होतोय असे नव्हे, तर विस्ताराचा वेग वाढत चालला आहे असे 'हबल'ने दाखवून दिले आहे. हे जर खरे ठरले तर काही अब्ज वर्षांनी विश्व पार विखरून जाईल. दीर्घिका, तारे, तेजोमेघ वगैरे सर्वच नाहीसे होतील. आणि विश्वाची फक्त मूलकण असलेली भयाण पोकळी शिल्लक राहील.

माणसाने उच्च तंत्रज्ञानाच्या साहाय्याने उत्तरोत्तर शक्तिशाली दुर्बिणी बनवून या विश्वाचा वेध घेण्याचा यशस्वी प्रयत्न केला आहे. प्रत्येक नवीन प्रकारच्या दुर्बिणीच्या शोधाने माणसाने खगोलाबद्दलच्या ज्ञानात वेळोवेळी क्रांतिकारक भर टाकली आहे. आज माणसाची दृष्टी त्यामुळे विशाल झाली आहे. मी, माझे घर, माझे गाव, माझा देश असे म्हणण्यापेक्षा माझी पृथ्वी म्हणण्यापर्यंत त्याची प्रगती होते आहे. आपापसातील मतभेद मिटवून सर्व पृथ्वीवासी खरोखरीच एकत्र येतील तो सुदिन म्हणावा लागेल. तंत्रज्ञानात उत्तरोत्तर होणाऱ्या प्रगतीमुळे नजिकच्या भविष्यात हे होणे शक्य आहे. आपण अशी आशा करायला हरकत नाही.

■

परग्रहांच्या विश्वात

"घनदाट जंगलातली किर्र अंधारी रात्र. जंगलाच्या मधोमध एक मोकळी जागा. अचानक रंगाचे फवारे उडाल्यासारखा रंगीबेरंगी दिव्याचा प्रखर प्रकाश आणि विमानाच्या घरघरीसारखा पण जास्त तीव्र, टोकदार आवाज आसमंत चिरीत जातो. हळूहळू घिरट्या घालत एक उडती गोल तबकडी जमिनीवर अवतरते. त्या तबकडीच्या कुठल्या तरी विचित्र भागातून एक दरवाजा उघडला जातो आणि आतून एक हिरव्या मातकट रंगाचा, विचित्र आकाराचा, कुठलातरी अगम्य प्राणी अवतरतो..."

कुठल्या तरी विज्ञान कादंबरीमधला एखादा उतारा असावा असं

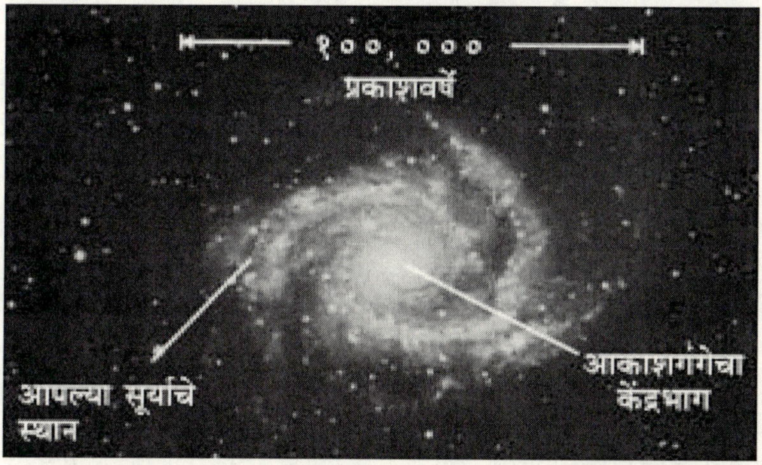

आपली आकाशगंगा आणि आपल्या सूर्यमालेचे आकाशगंगेतील स्थान

वाटलं ना? वाटायचा प्रश्नच नाही, तो आहेच. मला वाटतं प्रत्येक माणसाच्या मनात एक सुप्त इच्छा असते की आपल्याला आकाशातून भरारी मारणारी एखादी उडती तबकडी दुरून तरी दिसावी. आता ती जमिनीवर उतरली आणि त्यातून एखादा परग्रहावरचा प्राणी अवतरला तर फारच छान! पण मला वाटतं परग्रहावर प्रगत किंवा अतिप्रगत अशी जीवसृष्टी असावी आणि त्याचा आपल्याला शोध लागावा असं माणसाला जरी वाटत असलं तरी मनातून 'तो परग्रहवासी आपल्यापेक्षा प्रगत नसावा' असंच माणसाला वाटत असणार. माणसाच्या नैसर्गिक वृत्तीनुसार आपण दुसऱ्यापेक्षा कायम वरचढ असावं असंच माणसाला वाटतं. म्हणजे या अफाट विश्वात आपण एकटेच असू अशा कल्पनेने माणसाला एक अनामिक भीतीही वाटते आणि दुसरीकडे परग्रहावर जर कुठे प्रगत

Exoplanet परग्रह आणि त्याचा तारा याचे एक सुंदर काल्पनिक चित्र

जीवसृष्टी असेल तर ती आपल्या वरचढ ठरून आपल्या तंत्रज्ञानाच्या जोरावर पृथ्वीवर कब्जा तर करणार नाही, अशी असुरक्षिततेची भावनाही मनात उमटते. थोडक्यात या विश्वात आपल्याला कोणीतरी साथीदार असावा, आपल्या कब्जात राहणारा असावा असंच माणसाला वाटत

असणार आणि तरीही परग्रह आणि परग्रहावरची जीवसृष्टी शोधायचे मानवाचे प्रयत्न चालूच आहेत.

अगदी प्राचीन काळी माणसाला आपल्या आसपासच्या पंचक्रोशीपर्यंतचा भूभाग जेमतेम माहिती असायचा. हळूहळू त्याच्या कक्षा रुंदावत गेल्या. आपल्या पृथ्वीवरच्याच इतर देशांचा, इतर मानवसमुहांचाही माणसाला शोध घ्यावा लागला. मग त्याने विज्ञान-तंत्रज्ञानात प्रगती करायला सुरुवात केली. त्या तंत्रज्ञानाच्या जोरावर पृथ्वीच्या पलीकडे अंतराळात एकेक पाऊल त्याने टाकायला सुरुवात केली. अवकाश युगाच्या प्रारंभी आपल्या सूर्यमालेतील इतर ग्रहांची आणि त्यांच्या उपग्रहांची चाचणी करायला सुरुवात केली. प्रत्येक ग्रहाचे आकारमान, त्यावरचे तापमान, त्याचे सूर्यापासूनचे अंतर आणि त्यावरील वातावरणाचा कमी-जास्त जाडीचा थर यांचा अभ्यास करण्यासाठी वेगवेगळी याने पाठवली. या सगळ्या प्रयत्नांनंतर आपल्या सूर्यमालेतल्या कुठल्याही ग्रहावर किंवा त्यांच्या उपग्रहावर जीवसृष्टी तग धरू शकेल असे वातावरण सापडले नाही. त्यामुळे माणसाची घोर निराशा झाली. पण त्याने आपला धीर आणि प्रयत्न सोडला नाही. सूर्यमालेत नाहीतर बाहेरच्या अवकाशात, दुसऱ्या एखाद्या ताऱ्याभोवती फिरणाऱ्या परग्रहाचा शोध घेण्याचे प्रयत्न चालू ठेवले. त्याच्या या अथक परिश्रमाचे फळ म्हणूनच की काय एप्रिल २००७ मध्ये पृथ्वीपासून सुमारे २०.५ प्रकाशवर्षे एवढ्या अंतरावरील 'ग्लेस ५८१' या ताऱ्याच्या भोवती फिरणारा एक ग्रह सापडला ज्यावर मुबलक पाणी आहे आणि त्यावरील तापमान सुमारे ०° ते ४०°C असण्याची शक्यता आहे. जे तापमान जीवसृष्टीच्या वाढीला अत्यंत पोषक असे आहे. या बातमीमुळे शास्त्रज्ञांच्या विश्वात आनंदाचे वातावरण पसरले आहे.

वास्तविक 'ग्लेस ५८१ भोवती फिरणारा हा परग्रह हा शास्त्रज्ञांना सापडलेला पहिला परग्रह नाही. ६ ऑक्टोबर १९९५ या दिवशी पेगॅसस तारकासमूहातील ५१ क्रमांकाच्या ताऱ्याभोवती एक ग्रह भ्रमण करीत असल्याचा शोध जिनिव्हा विद्यापीठाच्या दोन शास्त्रज्ञांना लागला. तोपर्यंत म्हणजे १९९५ साल उजाडेपर्यंत एकाही परग्रहाचा शोध लागला नव्हता. ५१ पेगॅसी भोवती फिरणाऱ्या ग्रहाचा शोध लागला. आणि एकापाठोपाठ एक असे अनेक परग्रह शास्त्रज्ञांना सापडायला

लागले. आतापर्यंत २००च्या वर परग्रहांचा शोध लागला आहे.

परग्रहांचे बारसे– सूर्यमालेतील सर्वच ग्रहांना आणि त्यांच्या काही उपग्रहांना रीतसर नावे दिलेली आहेत. पण जसजशी शनी, गुरू वगैरे ग्रहांभोवती फिरणाऱ्या उपग्रहांची संख्या वाढत गेली, तसतशी त्यांची बारशी करण्याचा शास्त्रज्ञांचा उत्साह थंडावत गेला. साहजिकच आहे ना! शास्त्रज्ञ झाले तरी ते तरी कुठून आणि किती नावं शोधणार?

सूर्यमालेबाहेर सापडणाऱ्या परग्रहांसाठी तरी कुठून नाव शोधून काढणार? त्यावर उपाय म्हणून शास्त्रज्ञांनी एक युक्ती शोधली. ज्या ताऱ्याभोवती परग्रह सापडला असेल तो तारा 'A' समजून पहिल्या सापडलेल्या परग्रहाला 'B' मग 'C' मग 'D' अशी सर्वांत सोपी पद्धत नाव देण्याची शोधून काढली म्हणजे आता उदाहरणार्थ '५१ पेगॅसी' हे ताऱ्याचे नाव आहे, तर ५१ पेगॅसी भोवती फिरणारा ग्रह जो पहिल्यांदा सापडला, तो '५१ पेगॅसी B' मात्र '५१ पेगॅसी-बी'च्या संशोधकांना त्यांच्या लाडक्या शोधासाठी खास नाव पाहिजे होतं म्हणून त्यांनी '५१ पेगॅसी बी'चं नाव 'बेलेरोफोन' असं ठेवलं. ग्रीक पुराणात 'पेगॅसस' हा पंख असलेला पांढरा घोडा असून त्यावर 'बेलेरोफोन' नावाचा शूर युवक स्वार होऊन राक्षसाचा वध करतो वगैरे गोष्ट आहे. आपल्या सूर्यमालेतल्या ग्रहांना आपल्या प्राचीन विद्वानांनी बुध, शुक्र, शनी, गुरू वगैरे नावं दिली. फक्त शनीपर्यंतचे ग्रह त्यांना माहिती असावेत. कारण पुढल्या ग्रहांची नावं वेगळी आहेत, तर पाश्चिमात्य विद्वानांनी त्यांच्या पुराणातील महत्त्वाच्या व्यक्तींची नावं ग्रहांसाठी निवडली. मर्क्युरी, व्हिनस, ज्युपिटर, सॅटर्न इ. पुढे अवकाश संशोधनात पाश्चिमात्य शास्त्रज्ञच आघाडीवर असल्यामुळे कुठल्याही नव्या अवकाशस्थ वस्तूला त्यांच्या पुराण कथांमधील महत्त्वाच्या व्यक्तींचीच नावे देण्यात आली. त्यांच्या पुराणकथांतली म्हणजे ग्रीक, रोमन पुराणकथांतली. हल्लीच्या मुलांना त्यामुळे ग्रीक, रोमन पुराणकथा एक वेळ माहिती होतील पण आपल्या पुराणातल्या गोष्टी मात्र माहितीच नसतील. आपल्या पुराणातील कथा पुराणातील वांगी म्हणून सोडून द्यायची ठरवली तर ग्रीक आणि रोमन पुराणकथाही त्यांच्या तोडीस तोड असल्यामुळे सोडून द्याव्या लागतील. पण तसं होत नाही. त्यांच्या पुराणातील महत्त्वाच्या

व्यक्तींची नावं अभिमानाने नव्या नव्या ख-वस्तूंना देण्यात येत आहेत. वास्तविक आपल्या पुराणांमध्येही २७ नक्षत्रे, १२ राशी, इतर तारकासमूह (सप्तर्षीसारखे) आणि महत्त्वाचे ठळक तारे यांची नावानिशी नोंद आहे. काही नावे तर प्राचीन इतिहासाची साक्ष देणारी अशी आहेत. उदा. कॅनॉपस (Canopus) हा 'नौतल' किंवा 'कारिना' या तारकासमूहातील तारा. ज्याचे आपल्याकडील नाव 'अगस्त्य' असे आहे. त्याला 'अगस्त्य' नाव देण्याचे कारण असे. प्राचीन काळी उत्तर भारतात जेव्हा समृद्ध संस्कृती नांदत होती, तेव्हा दक्षिणेत दंडकारण्य पसरलेले होते. दंडकारण्य संपताना खाली दक्षिणापथात द्रविड संस्कृती नांदत होती. मात्र उत्तराखंडातून दक्षिणेत जाणं, तिथे वसतियोग्य स्थान निर्माण करणं हे अवघड काम होतं. तिथे दाट अरण्य, हिंस्र पशू आणि राक्षसांचं भय होतं. अशा ठिकाणी जाण्याचं धाडस करणारे अगस्ती हे पहिले ऋषी होते. म्हणून दक्षिणेकडे दिसणाऱ्या तेजस्वी ताऱ्याला अगस्ती असे योग्य नाव देण्यात आले. तर सांगायचा मुद्दा एवढाच की आपल्याही पुराणात अवकाशातील वस्तूंना समर्पक नाव दिलेली सापडतात. तर ग्रीक पुराणातील 'बेलेरोफोन' नावाच्या शूर युवकावरून शास्त्रज्ञांनी पहिल्या परग्रहाचं नामकरण केलं. तो 'बेलेरोफोन' म्हणजेच '५१ पेगॅसी-बी' हा ग्रह त्याच्या सूर्याच्या फारच जवळून फिरतो. त्यामुळे त्यावरील तापमान किमान 1000°C तरी असावे असा अंदाज आहे. आणि त्याची एकच बाजू सतत त्याच्या सूर्याच्या दिशेत असावी. त्यामुळे अशा विचित्र परिस्थितीतल्या ग्रहावर जीवसृष्टी असण्याची शक्यताच नाही.

मग अवकाशामध्ये जीवसृष्टी धारण करण्याची क्षमता असलेले परग्रह असतील का असा प्रश्न निर्माण होतो. ऑस्ट्रेलियातील न्यू साऊथ वेल्स विद्यापीठाच्या लाईनव्हिवर आणि डॅनियल ग्रेथर या दोन शास्त्रज्ञांजवळ या प्रश्नाचं उत्साहवर्धक असं उत्तर आहे. त्यांच्या मते अवकाशात आपल्या सूर्यमालेतील गुरू ग्रहासारखे कित्येक परग्रह सापडण्याची शक्यता आहे.

गुरूचाच शोध का?

तुम्ही म्हणाल गुरूसारखेच ग्रह शोधण्याची धडपड का? कारण

गुरूसारख्या ग्रहामुळे पृथ्वीसारख्या ग्रहाचे अस्तित्व अबाधित राहू शकते. निदान आपल्या सूर्यमालेत तरी अशीच परिस्थिती आहे. आपल्या सूर्यमालेच्या आणि पृथ्वीच्या घडणीवर गुरूचा जबरदस्त प्रभाव आहे. आपल्या सूर्यमालेत सूर्य सोडला तर सगळयात जास्त वस्तुमान गुरूमध्येच एकवटलेले आहे. या वस्तुमानाच्या जोरावरच गुरूने आपल्या सूर्यमालेतील घटक एकतर जागच्या जागी तरी बसवलेत किंवा नाहीसेच केले आहेत. तसा गुरू आपल्या पृथ्वीचा रक्षणकर्ताच म्हणावा लागेल. कारण पृथ्वीच्या

घडणीच्या काळात तिच्यावर लघुग्रहांचा आणि धूमकेतूंचा प्रचंड मारा होत होता. त्यामुळे पृथ्वीवर जीवसृष्टी निर्माण होण्यामध्ये बाधा निर्माण होत होती. गुरूचे संरक्षण पृथ्वीला मिळाले नसते तर या लघुग्रह आणि धूमकेतूंचे जास्त प्रभावशाली फटके पृथ्वीला खावे लागले असते. गुरू ही संरक्षकाची भूमिका अजूनही इमाने इतबारे निभावतो आहे. १९९४ साली सुप्रसिद्ध शूमेकर-लेव्ही धूमकेतू गुरूवर आदळला. या धूमकेतूला भुरळ घालून गुरूने आपल्याकडे ओढून घेतले असे म्हणावे लागेल. शास्त्रीय भाषेत बोलायचे तर गुरूच्या जबरदस्त वस्तुमानामुळे त्याचे गुरुत्वीय क्षेत्र फार प्रभावशाली आहे. त्यामुळे त्याच्या जवळून जाणारी वस्तू त्याच्याकडे खेचली जाते. शूमेकर-लेव्ही हा धूमकेतू पृथ्वीवर आदळला असता म्हणजे वाटेतच गुरूने त्याचे अपहरण केले नसते तर पृथ्वीवर हाहाकार झाला असता म्हणूनच 'गुरू, बा थोर तुझे उपकार' असेच म्हणायला पाहिजे.

आपल्या सूर्यमालेची घडण जशी झालीय तशीच इतर ग्रहमालांची

असू शकेल का काही वेगळ्या पद्धतीने, वेगळे नियम पाळणाऱ्या ग्रहमाला अस्तित्वात आहेत याविषयी अजून तरी फारच कमी माहिती उपलब्ध आहे. गेल्या सहा-सात वर्षांतील संशोधनांवरून बाकी ग्रहमालांची घडण काही वेगळ्याच पद्धतीने झाली असावी असे दिसून आले आहे. आतापर्यंत जवळजवळ २००च्या वर परग्रह सापडले आहेत. त्यातील बहुतांश ग्रह आपल्या गुरूपेक्षा प्रचंड मोठे आहेत आणि ते सगळे त्यांच्या त्यांच्या सूर्याभोवती फार जवळून प्रदक्षिणा घालताहेत. हंस तारका समूहात एक विलक्षण परग्रह सापडला आहे. तीन ताऱ्यांचं त्रिकुट असलेल्या एका ताऱ्याभोवती हा परग्रह– जो गुरूपेक्षा थोडा लहान आहे– ३.३ दिवसात एक फेरी पूर्ण करतो. त्रिकुटातील दोन तारे परस्परांभोवती फिरत मुख्य ताऱ्याभोवती प्रदक्षिणा घालतात. यात जो ग्रह सापडला तो मुख्य ताऱ्यापासून फक्त ७५ लक्ष किलोमीटर अंतरावर आहे. त्यामुळे त्याच्यावरील एकंदर वातावरणाची, तापमानाची कल्पनाच न केलेली बरी. त्या ग्रहावरून एकाच वेळी दोन किंवा तीनही सूर्य उगवताना अथवा मावळताना दिसण्याची शक्यता आहे. पण इतकं दिव्य दृश्य बघायला तिथे कोण जाणार आणि कसं जाणार?

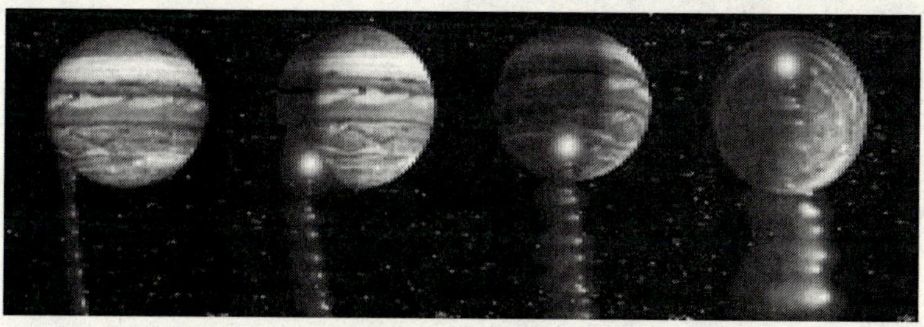

गुरूच्या पृष्ठभागावर आपटलेले 'शूमेकर-लेव्ही' या धूमकेतूचे वेगवेगळे तुकडे

काही परग्रह कुठल्याही ताऱ्याभोवती प्रदक्षिणा न घालता मुक्त संचार करीत असल्याचे संकेत मिळाले आहेत. काही वेळा त्यांना भटके ग्रह असे म्हणतात.

आतापर्यंत जे जे परग्रह सापडले, जवळजवळ ते सर्व स्वत:च गुरूपेक्षा खूप जास्त वस्तुमानाचे आणि त्यांच्या सूर्याच्या खूप जवळून

प्रदक्षिणा घालणारे असे आहेत. त्यामुळे पृथ्वीसारख्या ग्रहांचे अस्तित्व कठीणच आहे. कदाचित पृथ्वीसारखे ग्रह आणखी वेगळ्या कक्षेतून फिरत असतीलही पण आपले तंत्रज्ञान ते शोधून काढण्याइतके समर्थ नाही असे म्हणावे लागेल.

या सर्व शक्यता मनात धरून लाईनव्हिवर आणि ग्रेथर यांनी गुरूसारख्या ग्रहांचे प्राबल्य का असावे यासाठी नव्याने काही ठोकताळे मांडले आहेत. हे ठोकताळे नव्यानेच सापडलेल्या काही परग्रहांच्या संशोधनांवर अवलंबून आहेत. यामध्ये गुरूपेक्षा लहान आणि त्यांच्या सूर्यापासून लांबवरच्या अंतरावरून फिरणाऱ्या ग्रहांचा अंतर्भाव आहे.

अवकाशात गुरूसारखे किती ग्रह सूर्यासारख्या ताऱ्याभोवती फिरताहेत असे लाईनव्हिवर यांना विचारण्यात आले. त्यांच्या मते असे साधारण ३० महापद्म (30 million million) ग्रह असावेत. आपल्या आकाशगंगेत साधारण ३०० महापद्म तारे आहेत. या ३०० महापद्म ताऱ्यांच्या १०% म्हणजे ३० महापद्म तारे आपल्या सूर्यासारखे असावेत. त्या ३० महापद्म ताऱ्यांच्या कमीत कमी ५०% म्हणजे १.५ महापद्म ताऱ्यांभोवती गुरूसारखे ग्रह असण्याची दाट शक्यता आहे. आणि लाईनव्हिवर यांच्या मते गुरू इतकेच पृथ्वी-सदृश ग्रह असण्याची दाट शक्यता आहे. इथे आपण पृथ्वी-सदृश ग्रहाची व्याख्या काय करतो यावर वरील आकडे अवलंबून आहेत. आपल्या सूर्यमालेतले गुरू, शनी, युरेनस आणि नेपच्यून हे चार ग्रह gas giants म्हणजे राक्षसी वायूगोल आहेत. तर बुध, शुक्र, पृथ्वी आणि मंगळ हे चार ग्रह rocky planets म्हणजे कठीण खडकाळ पृष्ठभाग असलेले ग्रह आहेत. त्यामुळे पृथ्वीसदृश ग्रहांच्या यादीत बुध, शुक्र व मंगळासारखे ग्रहही घेतले तर त्यांची संख्या बरीच वाढेल. म्हणजे गुरूसारख्या ग्रहांच्या संख्येपेक्षाही जास्त.

नासाने नुकत्याच मान्यता दिलेल्या 'केपलर' नावाच्या उपग्रहाचे प्रक्षेपण साधारण २००८ मध्ये होणार आहे. या केपलर उपग्रहाची एकाच वेळी साधारण १ लाख ताऱ्यांचे निरीक्षण करण्याची क्षमता आहे. त्याद्वारे पृथ्वीसारख्या ग्रहांचे पृथ्वी सारख्याच कक्षेतून भ्रमण करणारे किती ग्रह असू शकतील याचा अंदाज बांधता येईल. थोडक्यात जीवसृष्टी धारण करण्याची क्षमता असलेल्या ग्रहांची पहिली 'जनगणना'

केपलर करणार आहे असे म्हणायला हरकत नाही. प्रत्यक्षात केपलर त्यांचे फोटो घेऊ शकला नाही तरी त्यांचे अस्तित्व सिद्ध करू शकेल.

परग्रहांचा शोध घेतात कसा?

समजा आपण आपल्या सूर्यमालेच्या काठावर युरेनस किंवा नेपच्यून यांच्या पृष्ठभागावर उभे राहून निरीक्षण केले तर बुध, शुक्र, पृथ्वी हे ग्रह दिसणारच नाहीत. ते सूर्याच्या प्रभेमध्ये लुप्त झालेले असतील. आपल्या सूर्यमालेतल्या सूर्यमालेत– म्हणजे एवढ्या कमी अंतरावरून ही अवस्था तर अवकाशातील दूरवरच्या परग्रहांचं काय? दूरच्या ताऱ्यांभोवती फिरणारे हे ग्रह अति शक्तिशाली दुर्बिणीतूनही जिथे दिसू शकत नाहीत, तिथे त्यांचा शोध कसा लावणार? कारण मुळात दूरवरचा तारा म्हणजे एक छोटा चमकणारा बिंदू (पॉईंट लाईट सोर्स) असतो. त्याच्याभोवती एखादा ग्रह फिरत असेल तर त्या ग्रहाचे तेज त्याच्या ताऱ्याच्या १ दशलक्ष पटीने कमी असते. मग असे परग्रह शोधणार कसे? त्यासाठीच आपले शास्त्रज्ञ वेगवेगळ्या युक्त्या आणि तंत्रज्ञानाचा उपयोग करून घेतात. परग्रहाचा शोध घेण्याचे चार-पाच वेगवेगळे मार्ग शास्त्रज्ञांनी शोधले आहेत.

बुधाचे अधिक्रमण. सूर्यबिंबावरील बुधाचा काळा ठिपका

अधिक्रमण (Transit) – अधिक्रमण म्हणजे एखाद्या ग्रहाचा त्याच्या ताऱ्याच्या बिंबावरून होणारा प्रवास. उदाहरणार्थ, पृथ्वीवरून आपल्याला बुध वा शुक्राचे सूर्य बिंबावरून होणारे अधिक्रमण दिसू शकते. पृथ्वी आणि सूर्याच्या मध्ये एका रेषेत बुध किंवा शुक्र हे ग्रह आले तर सूर्य बिंबावरून बुध वा शुक्राचा काळा ठिपका सरकत जाताना दिसतो. त्यालाच अधिक्रमण असे म्हणतात. याच्या

निरीक्षणातून त्या ग्रहाचा, सूर्याचा व्यास, त्याचा वेग इ. गोष्टी समजू शकतात. वेग समजला की सूर्यापासूनचे त्या ग्रहाचे अंतर समजू शकते. परग्रहाच्या बाबतीत हेच तत्त्व वापरले जाते. एखादा परग्रह अधिक्रमणाच्या दरम्यान त्याच्या ताऱ्याच्या बिंबावरून सरकताना त्या ताऱ्याचे तेज थोडे कमी होते. ताऱ्याच्या तेजामध्ये किती घट होणार ते त्या त्या ग्रह आणि ताऱ्याच्या आकारमानावर अवलंबून आहे. साधारणपणे ताऱ्याचे तेज १% ने कमी होते. हे इतके सूक्ष्म निरीक्षण करण्यासाठी फोटो मीटर सारखे साधन आवश्यक असते. या निरीक्षणावरून त्या ताऱ्याभोवती एखादा ग्रह फिरतो आहे हे सिद्ध करता येते. या पद्धतीने आजपर्यंत सापडलेले ग्रह गुरूपेक्षा मोठे आहेत.

ताऱ्याचे वॉबल अथवा आंदोलन– दूरच्या ताऱ्याभोवती फिरणारा ग्रह जर फार मोठा असेल तर तो तारा आणि ग्रह यांचे वस्तूकेंद्र (सेंटर ऑफ मास) दोघांच्या मधे कुठेतरी असते. तारा आणि तो ग्रह या वस्तूकेंद्राभोवती फिरतात. ताऱ्याचे वस्तुमान ग्रहापेक्षा कितीतरी जास्त असल्याने त्याचे वस्तूकेंद्र ताऱ्याच्या केंद्रापासून जवळ असते. आणि ग्रहाच्या केंद्रापासून तुलनेने दूर असते. त्यामुळे तारा ग्रहापेक्षा कमी वेळात वस्तूकेंद्राभोवती फिरतो, ताऱ्याची वस्तूकेंद्राभोवतीची प्रदक्षिणा आपल्याला ताऱ्याच्या पुढे-मागे होणाऱ्या आंदोलनाच्या स्वरूपात दिसते. त्याला वॉबल म्हणतात. ताऱ्याच्या या वॉबल (आंदोलन) वरून त्याच्याभोवती एखादा ग्रह फिरतो हे सिद्ध करता येते. या पद्धतीने ताऱ्याभोवती ग्रह अथवा ग्रहमाला आहे किंवा कसे हे सिद्ध करता येऊ शकते. मात्र या पद्धतीने पृथ्वीच्या दहापट वस्तुमानापेक्षा कमी वस्तुमान असलेला ग्रह शोधता येत नाही.

केपलर उपग्रह– ५ मार्च २००९ रोजी ७ वाजून ४५ मिनिटांनी केप कॅनाव्हरल एअर फोर्स स्टेशनवरून केपलर उपग्रहाचे प्रक्षेपण होणार आहे.

या उपग्रहात बसवलेली केपलर दुर्बीण आपल्या आकाशगंगेतील १,००,००० ताऱ्यांचे निरीक्षण करून त्यातील किती सूर्यासारख्या ताऱ्यांभोवती पृथ्वीसारखे ग्रह फिरतात याचा शोध घेणार आहे. त्यातही

जीवसृष्टी धारण करण्याची क्षमता किती ग्रहांमधे असेल याचा शोध घेतला जाणार आहे.

डॉप्लर पद्धत– डॉप्लर परिणामाचा उपयोग करूनही परग्रहाचा शोध घेता येतो. ५१ पेगॅसी-बी हा ग्रह या पद्धतीनेच शोधण्यात आला आहे.

ग्रॅव्हिटेशनल मायक्रोलेन्सिंग– एखाद्या ताऱ्याचे गुरुत्वीय क्षेत्र एखाद्या लेन्ससारखे म्हणजे भिंगासारखे कार्य करते. ज्या ताऱ्याचे गुरुत्वीय क्षेत्र भिंगासारखे कार्य करते त्या ताऱ्याभोवती एखादा परग्रह फिरतोय की कसे हे शोधता येते. ताऱ्याच्या भिंगामुळे त्याच्या पाठीमागे अतिदूर अंतरावर असणाऱ्या एखाद्या ताऱ्याचे तेज मॅग्निफाय होते. यामध्ये अलीकडच्या ताऱ्याभोवती जर एखादा ग्रह फिरत असेल तर त्या ग्रहाच्या स्वत:च्या गुरुत्वीय क्षेत्राचा प्रभाव ताऱ्याच्या गुरुत्वीय क्षेत्राच्या प्रभावात भर घालतो. त्यामुळे पार्श्वभूमीवर असणाऱ्या ताऱ्याचे तेज– जे मॅग्निफाय झाले आहे त्याच्यातही भर पडते. आणि त्याचे तेज अजून जास्त मॅग्निफाय होते– हे असे झाले तर अलीकडच्या ताऱ्याभोवती एखादा ग्रह फिरतो हे सिद्ध करता येते.

ताऱ्याभोवतीचे धुलीकणांचे कडे– काही ताऱ्यांभोवती अवकाशातील धुलीकणांचे कडे तयार झालेले असते. या धुलीकणांमुळे तयार झालेल्या कड्याच्या स्वरूपावरून तिथे एखाद्या ग्रहाचे अस्तित्व आहे किंवा कसे हे सिद्ध करता येते.

ग्लेस ५८१– तऱ्हेतऱ्हेचे तंत्रज्ञान वापरून शास्त्रज्ञ सध्या परग्रहांच्या मागे हात धुवून लागले आहेत असे म्हणायला हरकत नाही. शास्त्रज्ञांना त्यांच्या या मेहनतीचे फळ 'ग्लेस ५८१' या ताऱ्याभोवती फिरणाऱ्या ग्रहाच्या रूपाने मिळाले. हा पृथ्वी सदृश ग्रह आकाराने मात्र पृथ्वीच्या दुप्पट आहे, तर वस्तुमानाच्या बाबतीत पृथ्वीच्या पाचपट आहे. अशा या मोठ्या ग्रहाला 'महापृथ्वी' किंवा Super Earth म्हणण्यात येत आहे. आपल्या पृथ्वी आणि सूर्यामधील अंतराला (९३ दशलक्ष मैल) 1

ए.यू. (Astronomical unit) असे म्हणतात. हे खगोल शास्त्रातील महत्त्वाचे एकक मानले जाते. तर ही 'महापृथ्वी' म्हणजे नवीन सापडलेला पृथ्वीसदृश ग्रह त्याच्या ताऱ्याभोवती 1 ए.यू.पेक्षा १५ पटीने कमी अंतरावरून फिरतो आहे. तोसुद्धा फक्त १३ (पृथ्वीच्या) दिवसात. मात्र हा ग्रह त्याच्या ताऱ्याच्या इतक्या जवळून फिरूनही फारसा फरक पडलेला नाही. कारण तो तारा म्हणजे 'ग्लेस ५८१' हा आपल्या सूर्याच्या मानाने खूप थंड असा तारा आहे. त्याचे सूर्याच्यापेक्षा कमी असलेले तापमान त्या ग्रहावर सजीवांसाठी पोषक वातावरण तयार व्हायला मदतच करेल.

याच ताऱ्याभोवती अजून दोन ग्रहांचा शोध यापूर्वीच लागला आहे. त्यातील एका ग्रहाचे वस्तुमान आपल्या पृथ्वीच्या १५ पट आहे. आणि तो आपल्या 'सुपर अर्थ'च्या कक्षेच्याही आतल्या कक्षेतून ताऱ्याभोवती फिरतोय. दुसरा ग्रह मात्र अती दूर अंतरावरून परिक्रमा करतोय. त्यामुळे दोन्ही ग्रहांवर सजीवांसाठी पोषक वातावरण असण्याची शक्यता नाही.

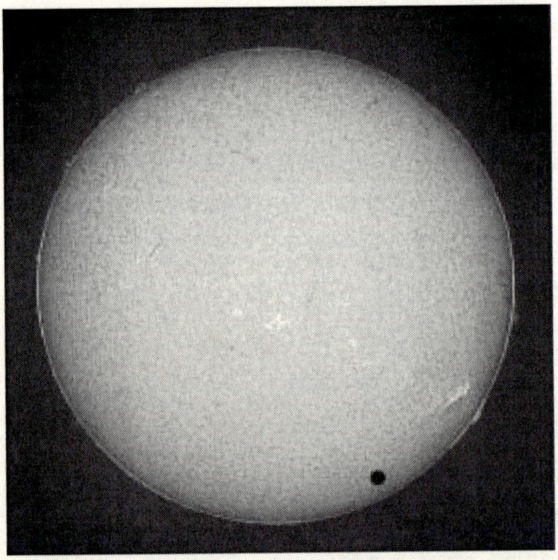

शुक्राचे अधिक्रमण (Transit of venus)
सूर्यबिंबावरून सरकणारा शुक्राचा काळा ठिपका

पृथ्वीसदृश वातावरण– तुम्ही म्हणाल पृथ्वीवरच्या वातावरणात एवढं अद्वितीय असं काय आहे? किंवा इतरत्र असे वातावरण तयार होण्यात काय अडचण आहे?

सजीवांना पोषक असणारे मुख्य घटक (Biomarkers) म्हणजे ऑक्सिजन, पाणी व ओझोन (O_2, H_2O, Ozone) हे पृथ्वीवर योग्य प्रमाणात उपलब्ध आहेत. शिवाय दुसरी गोष्ट ग्रहाचे सूर्यापासूनचे अंतर हाही एक महत्त्वाचा घटक आहे. यावर कित्येक गोष्टी अवलंबून असतात. समजा, एखादा ग्रह त्याच्या सूर्याच्या फारच जवळ गेला तर त्याच्यावरील असलेच तर– सर्व पाणी वाफ होऊन कायमचे उडून जाईल (त्या ग्रहाचेही कदाचित काही बरं-वाईट होण्याची शक्यता आहे.) तर एखादा ग्रह त्याच्या सूर्याशी फटकून दूरवर निघून गेलेला असेल तर त्याला पुरेशी उष्णता मिळणार नाही आणि त्यावरील सर्व द्रव्य गोठून जाईल. पृथ्वी या सूर्यापासूनच्या अंतराची तारेवरची कसरत सांभाळत आपल्याला सांभाळते आहे.

शिवाय पृथ्वीवरचं वातावरणाचं कवच! तेही अनेक तऱ्हांनी सजीवांना उत्पन्न व्हायला, वाढायला आणि टिकून राहायला मदत करते. वातावरणातील ओझोनचा थर सूर्यापासून येणाऱ्या (ultra violet) अतिनील किरणांपासून आपले रक्षण करतो. हे किरण जर आपल्या शरीरावर पडले तर त्याचे फार घातक परिणाम आपल्यावर होऊ शकतात. कार्बन डाय ऑक्साईड आणि इतर काही वायूंमुळे पृथ्वीचा पृष्ठभाग पुरेसा उबदार राहायला मदत होते. आणि ऑक्सिजन तर काय प्राणवायूच. त्यामुळेच जीवसृष्टी उत्क्रांत झाली.

या पार्श्वभूमीवर आपल्या सूर्यमालेतल्या इतर ग्रहांवरची परिस्थिती सजीवांसाठी अगदीच अयोग्य आहे. बुध सूर्याच्या फारच जवळ असल्याने अतितप्त आहे. शुक्राच्या वातावरणातले वायू पृथ्वीवासियांसाठी विषारी आहेत. मंगळावर द्रवरूपात पाणी नाही आणि वातावरणाचा थरही फारच पातळ आहे. गुरू, शनी वगैरे मंडळींचे वातावरण मुख्यत्वे हायड्रोजन आणि हेलियम यांनी बनलेले आहे. शनी, युरेनस, नेपच्यून या ग्रहांवर जोडीला मिथेन हा वायूसुद्धा आहे. युरेनस आणि नेपच्यूनचा रंग निळा दिसण्याचे कारण मिथेनच आहे.

आपल्या सूर्यमालेतल्या कुठल्याही ग्रहावर किंवा त्यांच्या उपग्रहांवर

पृथ्वीसारखं वातावरण नाही. म्हणूनच आपली पृथ्वी अद्वितीय म्हणावी लागते.

आणि तरीही...

सूर्यमालेबाहेरच्या अवकाशात म्हणजे आपल्या आणि इतर दीर्घिकांमध्ये अब्जावधी तारे आहेत. त्यात कोट्यवधी सूर्यसदृश तारे असतील आणि त्यांच्याभोवती पृथ्वीसदृश ग्रह असण्याचीही खूपच शक्यता आहे. त्यामुळे इतरत्र सजीव असण्याची शक्यता नाकारता येत नाही. मात्र ते आपल्याला अजून सापडलेले नाहीत.

आता नव्याने सापडलेल्या ग्रहावर म्हणजे 'ग्लेस ५८१ वर जीवसृष्टी आहे की नाही हे शोधणंही तसं अवघडच आहे. समजा, तिथे जीवसृष्टी आहे असे आपण धरून चालू. ते जर आपल्याइतके विज्ञान-तंत्रज्ञानात पुढे गेलेले असतील तर त्यांना आपण सापडलो असण्याची शक्यता आहे. कदाचित ते आपल्याशी रेडिओ लहरींद्वारे संपर्क साधण्याचा प्रयत्नही करतील. अर्थात या सगळ्या शक्यता गृहीत धरल्या तरी त्यांचा संदेश आपल्यापर्यंत पोहोचायला कमीत कमी २० वर्षे तर नक्कीच लागतील. त्यावर आपलं उत्तर जायला अजून २० वर्षे म्हणजे चाळीस एक वर्षांनंतर त्या ग्रहावर प्रगत जीवसृष्टी आहे की नाही ते आपल्याला समजेल. दरम्यान काही वेगळ्या तंत्रज्ञानाने वेगळ्याच परग्रहावर जीवसृष्टी सापडली नाही तर निदान ४० वर्षांनंतर तरी नक्की समजेल की 'ग्लेस ५८१'वर प्रगत जीवसृष्टी आहे की नाही. तेव्हा आता तोपर्यंत वाट बघू या!

■

ताऱ्यांचे रंग

रात्रीच्या आकाशात दिसणाऱ्या ताऱ्यांमधे काही तारे त्यांच्या रंगांमुळे वेगळे उठून दिसतात. उदाहरणार्थ सर्वांना परिचित असलेल्या मृग नक्षत्रातील 'बेटेलग्यूज' (काक्षी) हा तारा लाल-नारिंगी दिसतो, तर त्याच नक्षत्रातला 'रायजेल' (राजन्य) हा तारा तेजस्वी निळ्या रंगाचा दिसतो.

वास्तविक सर्वच ताऱ्यांच्या वर्णपटात सर्व सप्तरंग अस्तित्वात असतातच. तरीही अनेक कारणांनी आपल्याला ताऱ्यांचे सर्व रंग दिसत नाहीत. सर्वच तारे एक चमचमणारा बिंदू या स्वरूपातच दिसतात.

ताऱ्यांना रंग का असतात?

ताऱ्यांना असणारा रंग त्यांच्या पृष्ठभागावरील तापमानावर अवलंबून असतो. एखादी वस्तू उदाहरणार्थ लोखंडाचा तुकडा जर आपण तापवला तर तो पहिल्यांदा लालभडक होतो. पण जसजसा तो आपण जास्त जास्त तापवत जातो, तसतसा त्याचा रंग हळूहळू लाल, नंतर केशरी-नारिंगी नंतर पिवळा, पांढरा असा बदलत सरतेशेवटी निळा दिसू लागतो. म्हणजेच लोखंडाचा तुकडा लाल असताना त्याचं तापमान कमी असतं. तापमान जास्त असताना त्याचा रंग निळा होतो. काय गंमत आहे ना! आपण निळा रंग हा शांत-सौम्य रंग समजतो, तर लाल रंग हा उष्ण आणि भडक असा समजतो. ताऱ्यांच्या तापमानाच्या बाबतीत मात्र परिस्थिती नेमकी उलटी आहे.

आपण ताऱ्यांचे जे रंग बघतो, ते सर्व प्रारणांच्या तरंगलांबीच्या

एकत्रीकरणातून येणारे रंग असतात. प्रत्येक रंगाची आपली विशिष्ट तरंगलांबी असते. तप्त तारे निळे दिसतात कारण त्यांची सर्व ऊर्जा निळ्या रंगाच्या प्रारणातून म्हणजे वर्णपटाच्या (स्पेक्ट्रम) निळ्या भागातून उत्सर्जित होत असते. तुलनेने थंड ताऱ्यांच्या बाबतीत त्यांच्या वर्णपटाच्या निळ्या भागातून फार कमी ऊर्जा बाहेर टाकली जाते. बहुतेक सर्व उत्सर्जित ऊर्जा वर्णपटाच्या लाल भागातून टाकली गेल्यामुळे थंड तारे लाल दिसतात. मात्र सर्वसाधारण ताऱ्यांच्या बाबतीत वर्णपटाच्या सर्व भागांतून ऊर्जा उत्सर्जित होत असल्याने त्यांचा रंग पांढरट-पिवळा असाच दिसतो. एखादाच अतितप्त तारा निळा, तर तुलनेने अतिथंड (कमी तापमान असलेला) तारा लालसर दिसतो.

आपला जीवनदाता सूर्य हाही एक ताराच आहे. तो आपल्या सगळ्यात जवळचा तारा असल्याने आपल्याला बऱ्याच जवळून त्याचे निरीक्षण करता येते. सूर्य आणि त्याच्यासारखे तारे आपली ऊर्जा वर्णपटाच्या हिरव्या भागातून जास्त प्रमाणात फेकतात. केवढी नवलाची गोष्ट आहे ही! पण मग आकाशभर हिरवा रंग न दिसता सूर्याचा रंग पांढरट-पिवळा का दिसतो? त्याचे कारण म्हणजे सूर्याच्या वर्णपटाच्या इतर भागातूनही वेगवेगळ्या प्रमाणात ऊर्जेचे उत्सर्जन होत असते. त्यांचा एकत्रित परिणाम म्हणून आपल्याला सूर्य पांढरट पिवळा दिसतो.

ताऱ्यांच्या पृष्ठभागावरच्या तापमानानुसार शास्त्रज्ञांनी त्यांचे सात मुख्य भाग पाडले आहेत. त्यांना स्पेक्ट्रल क्लास किंवा वर्णपट वर्ग म्हणतात. सर्वांत तप्त तारे म्हणजे ज्यांच्या पृष्ठभागावरचं तापमान ५००००°K (केल्व्हिन) ते २८०००°K या दरम्यान असतं ते 'ओ' वर्णपट वर्गात मोडतात. त्यांचा रंग निळा असतो. त्यानंतरचा वर्णपट वर्ग आहे 'बी'. यात पांढरट निळ्या रंगांच्या ताऱ्यांचा समावेश होतो. त्यांचं तापमान २८०००°K ते १००००°K या दरम्यान असते. त्यानंतरचा वर्णपट वर्ग म्हणजे 'ए'. यात पांढऱ्या रंगाच्या ताऱ्यांचा समावेश असून त्यांचं तापमान १००००°K ते ७५००°K असते. 'एफ्' या वर्णपटात पांढऱ्या-पिवळ्या रंगाचे तारे असून त्यांचे तापमान ७५००°K ते ६०००°K या दरम्यान असते. 'जी' ज्यात आपल्या सूर्याचा समावेश आहे, त्यात ६०००°K ते ४९००°K एवढे पृष्ठभागाचे तापमान असलेल्या ताऱ्यांचा अंतर्भाव होतो. यात पिवळ्या रंगाच्या

ताऱ्यांचा समावेश असतो. वर्णपट वर्ग 'के' यात नारिंगी रंगांचे तारे असतात आणि त्यांचे तापमान ४९००°K ते ३५००°K या दरम्यान असते. वर्णपटवर्ग 'एम' मधे लाल ताऱ्यांचा समावेश असून त्यांचे तापमान ३५००°K ते २०००°K या दरम्यान असते.

O B A F G K M हा उलट सुलट असलेला अक्षरसमूह एरवी लक्षात ठेवायला अवघड गेला असता. पण त्याचा मजेदार लाँग फॉर्म आम्हाला कॉलेजमधे असताना सांगितला गेला आणि त्यामुळे तो आमच्या सगळ्यांच्याच स्मरणात कायमचा कोरला गेलाय तो असा O Be A Fine Girl Kiss Me

कॉलेजची मुलं जन्मात हा लाँग फॉर्म विसरणार नाहीत. याचसाठी हसत खेळत विज्ञानाचे धडे शिकवणं ही पद्धत मला फारच पसंत आहे.

ताऱ्यांना वेगवेगळे रंग असले तरी रात्रीच्या आकाशातील ते रंगीत तारे बघण्याची क्षमता आपल्या डोळ्यात नाही.

आपल्या डोळ्यांमधे रॉड्स आणि कोन्स असे दोन प्रकारचे, प्रकाशग्रहण करणारे भाग असतात. त्यातील रॉड्स संख्येने जास्त असतात आणि जास्त संवेदनशील असतात. ते डोळ्यातील रेटिनाच्या कडेला मोठ्या प्रमाणात एकत्रित होतात. पण ते वेगवेगळे रंग बघू शकत नाहीत.

कोन्स संख्येने कमी असतात आणि त्यांच्यात संवेदनशीलता कमी असते. ते रेटिनाच्या मध्याजवळ एकत्रित झालेले असतात. रॉड्सपेक्षा कोन्सची संवेदनशीलता कमी असते. त्यामुळे जास्त प्रमाणात प्रकाश-किरण पडल्याशिवाय ते कार्यरत होत नाहीत. कोन्स लाल, निळा आणि हिरवा या रंगांच्या बाबतीत संवेदनशील असतात. मात्र रात्रीच्या आकाशात दिसणारे तारे चमकणारे बिंदू या स्वरूपातच दिसतात. त्यामुळे कोन्स ते रंग ग्रहण करू शकत नाहीत. म्हणून ताऱ्यांचे रंग आपण पाहू शकत नाही.

दुसरा मुद्दा असा की तारे आपल्यापासून इतक्या दूर अंतरावर आहेत की कितीही मोठ्या दुर्बिणीतून बघितले तरी ते आपल्याला बिंदू रूपातच दिसतात. आपले डोळे बिंदूरूप प्रकाशाचे रंग ग्रहण करू शकत नाहीत. तोच प्रकार रंगीत फिल्मच्याही बाबतीत होतो. रंगीत फिल्मवर घेतलेल्या ताऱ्यांचा फोटो नीट फोकस केला असेल तर त्यांचे रंग दिसत नाहीत. पण गंमत म्हणजे कॅमेरा डीफोकस केला तर ताऱ्यांपासून येणारा प्रकाश

पसरतो आणि त्यातून त्या त्या ताऱ्यांचे रंग स्पष्ट कळून येतात.

ताऱ्यांचे रंग समजण्यासाठी आपल्या डोळ्यांव्यतिरिक्त बाकी काही उपकरणे उपलब्ध आहेत. उदा. फोटोग्राफिक प्लेट, चार्ज्ड कपल्ड डिव्हाइस (सीसीडी) वगैरे. परंतु त्यांनी रेकॉर्ड केलेले रंग खरे असतीलच असे सांगता येत नाही. यालाही काही कारणे आहेत.

ताऱ्यांमधील अवकाश म्हणजे interstellar space ही पूर्ण निर्वात पोकळी नाहीये. त्या अवकाशात वायू आणि वैश्विक धूळ असते. वैश्विक धूळ सिलिकेट, लोह, कार्बन, पाण्याचा बर्फ व अमोनियाचा बर्फ यांनी बनलेली असते. संपूर्ण अवकाशात ही वैश्विक धूळ जरी फक्त १% एवढीच असली तरी ती ताऱ्यांकडून येणारा प्रकाश विस्कळीत करून पसरवून देऊ शकते. त्यामुळे ताऱ्यांकडून येणाऱ्या प्रकाशाची तीव्रता कमी होते. म्हणजेच तारे कमी प्रकाशमान दिसतात. या प्रकाशाच्या कमी होण्याला 'एक्स्टिंक्शन ऑफ लाईट' असे नाव दिले आहे.

प्रकाशाचे कमी होणे तरंगलांबीच्या (wave length) व्यस्त प्रमाणात बदलते. म्हणजे जसजशी तरंग लांबी वाढेल तसतसं प्रकाशाचे कमी होणे कमी होईल म्हणून लाल रंगावर त्याचा कमी परिणाम होतो आणि म्हणूनच बहुतेक दूरस्थ तारे लालसर दिसतात. ते तसे असतीलच असे नाही.

एकूण काय तर ताऱ्यांचे रंग साध्या डोळ्यांनी काय किंवा अन्य उपकरणं वापरून काय निश्चित समजत नाहीत ते नाहीतच. परंतु यावरही शास्त्रज्ञांनी उपाय शोधून काढला. जर एखाद्या ताऱ्याचा वर्णपटवर्ग (spectral class) आणि तेजस्वितेचा वर्ग (luminosity class) समजला तर त्या ताऱ्याची खरी तेजस्विता आणि रंग समजू शकतो. आत्तापर्यंत आपण स्पेक्ट्रल क्लास म्हणजे काय ते बघितलं पण हा तेजस्विता वर्ग म्हणजे काय?

'ल्युमिनॉसिटी' म्हणजे ताऱ्यांची तेजस्विता किंवा चकाकी. प्रत्येक ताऱ्याची तेजस्विता वेगवेगळी असते. ग्रीक खगोलशास्त्रज्ञ हिप्पारकस याने ख्रिस्तपूर्व १५० वर्षे सुमारास ताऱ्यांच्या तेजस्वितेवरून त्यांचे वेगवेगळे वर्ग केले. सगळ्यात तेजस्वी तारे म्हणजे १ मॅग्निट्यूडचे तारे. त्यानंतर थोडे कमी तेजस्वी तारे २ मॅग्निट्यूड या वर्गात मोडतात, तर त्यापेक्षा कमी तेजस्वी तारे ३ मॅग्निट्यूडचे तारे असे करत करत सर्व

तारे, ६ मॅग्निट्यूडपर्यंतचे, यांचे वर्ग पाडले. हे सर्व अर्थात साध्या डोळ्यांना दिसणारे. साध्या डोळ्यांना दिसणारी त्यांची तेजस्विता यांचं कोष्टक मांडलं आणि सहा भागात त्यांची विभागणी केली. ६ मॅग्निट्यूडचा तारा म्हणजे डोळ्यांनी दिसणारा सगळ्यात मंद तारा. अर्थात काही तारे असेही आहेत जे १ मॅग्निट्यूड ताऱ्यापेक्षा जास्त तेजस्वी आहेत. त्यांना ० मॅग्निट्यूडचे तारे आणि त्याहीपेक्षा जास्त तेजस्वी तारे म्हणजे –१, –२, –३ मॅग्निट्यूड असे समजतात. ही मॅग्निट्यूड स्केल जरा तिरपागडी आहे.

अतिदूरच्या अंतरामुळे काही तारे तेजस्वी असूनही तेवढे तेजस्वी दिसत नाहीत. काही तुलनेने जवळ असल्यामुळे तेजस्वी दिसतात. यामुळे ताऱ्यांची भासमान तेजस्विता (Apparent Magnitude) व निरपेक्ष (खरी) तेजस्विता (Absolute Magnitude) असे दोन्ही प्रकार समजून घ्यावे लागतात.

काही नेहमीच्या पाहण्यातल्या म्हणजे ओळखीच्या ग्रह-ताऱ्यांची भासमान तेजस्विता अशी आहे.

सूर्य : –२६.७, चंद्र : –१२.६, शुक्र : –४.४, अभिजित : ०.००,

व्याध : –१.४, ब्रह्महृदय (काप्पेल्ला) : +०.२

वर्णपटवर्गाचे प्रत्येकी १० भाग पाडले आहेत. O B A F G K M हे मूळ सात भाग आणि तो प्रत्येक भाग १० भागात विभागला आहे. उदा. 0_1 0_2...0_{10}, B_1 B_2...B_{10} असे तापमानाच्या कमी-जास्त प्रमाणावरच हेही आधारलेले आहेत. ० हा १ पेक्षा तप्त. १ हा २ पेक्षा जास्त तप्त, २ हा ३ पेक्षा जास्त तप्त असे.

तेजस्विता वर्गामधे ताऱ्यांचे वर्गीकरण आणखी एका पद्धतीने केलेले आहे. ताऱ्यांच्या आयुष्यक्रमातील वेगवेगळ्या टप्प्यांना इथे जमेस धरले आहे.

Ia Iab Ib	सूपर जायंट्स
II	ब्राईट जायंट्स
III	जायंट्स

IV	सब जायंट्स
V	ड्वार्फ Dwarf (main sequence)
VI	व्हाईट ड्वार्फ

आपला सूर्य हा G_2V या वर्णपट वर्गामधे मोडतो. म्हणजे सूर्य हा G_2 प्रकारचा मेन सिक्वेन्समधील तारा आहे. मेन सिक्वेन्समधील तारे म्हणजे साधारण मध्यमवयीन ते तरुण या दरम्यानचे तारे. ९०% तारे हे मेन सिक्वेन्समधील तारे समजले जातात. उरलेल्या १०% मधे लाल महाराक्षसी तारे, राक्षसी तारे, श्वेत बटु, न्युट्रॉन तारे इत्यादी मोडतात. जसजसे मेन सिक्वेन्समधील ताऱ्यांचे तापमान वाढत जाते तसतसे त्याचे वजन आणि आकारमान वाढत जाते. लाल राक्षसी ताऱ्याचे आकारमान आपल्या सूर्याच्या पन्नासपट मोठे असू शकते. सूपर जायंट्स सूर्याच्या वीस पट मोठे असू शकतात. मात्र एवढे अवाढव्य आकार असूनही ताऱ्यांचे एकमेकांतील अंतर प्रचंड असल्यामुळे ते एकमेकांवर आपटत नाहीत हे निश्चित. आपला सूर्य G_2V या वर्गामधे मोडतो यांचा अर्थ तो G_2 प्रकारचा मेन सिक्वेन्समधील तारा आहे. आणि त्याच्या पृष्ठभागावरचे तापमान ५७००°K एवढे आहे. त्यामुळे त्याचा रंग पांढरा दिसतो. पृथ्वीवरील वातावरणाच्या थरात या रंगाचे प्रसरण होते. त्यामुळे आपल्याला सूर्याचे किरण पिवळ्या रंगाचे दिसतात.

आपल्या डोळ्यांची रचना देवाने वेगळ्या तऱ्हेने केली असती तर दिवस-रात्रीचे आकाश काही वेगळेच दिसले असते. रात्रीच्या आकाशात हिरवे, निळे, लाल, पिवळे असे रंगीबेरंगी तारे दिसले असते. जसे काही वेगवेगळ्या रंगाच्या रत्नांचे सडे घातले आहेत. दिवसाचे आकाश कदाचित हिरव्या रंगात न्हाऊन निघालेले दिसले असते. परंतु जन्मल्यापासून जर हिरवंच आकाश बघायची सवय झाली असती तर त्याचे नवलही वाटले नसते. उलट आकाश निळंनिळं असतं तर किती छान झालं असतं. किती सुंदर दिसलं असतं नाही! असं कोणी तरी निश्चित म्हटलं असतं.

■

सूर्य

आपला जीवनदाता सूर्य एक प्रचंड आकाराचा धगधगता अग्निगोल आहे. मात्र दूर अवकाशातून सूर्यमालेकडे बघितल्यास इतर असंख्य ताऱ्यांप्रमाणे सूर्यही एक छोटा, चमचमणारा प्रकाशबिंदू आहे, असे दिसेल. आपला सूर्य सध्यातरी एक मध्यमवयीन सर्वसाधारण असा तारा आहे. सूर्यापासून सुयोग्य अंतरावर पृथ्वी असल्यानेच आपण अस्तित्वात आलो. त्यात जराजरी फरक पडला असता तरी आपल्या पृथ्वीची अवस्था विषारी वायूने भरलेल्या आणि अजिबात पाणी नसलेल्या शुक्रासारखी किंवा लाल रखरखीत मंगळासारखी झाली असती.

पृथ्वीला जीवन देणाऱ्या सूर्याचा स्वत:चाही एक जीवनक्रम आहे. इतर ताऱ्यांप्रमाणेच सूर्याचाही केव्हातरी जन्म झाला, तो तरुण झाला आणि भविष्यात केव्हातरी तो संपून जाईल. इतर असंख्य ताऱ्यांप्रमाणे सूर्य हाही एक ताराच आहे, हे जेव्हा शास्त्रज्ञांच्या लक्षात आले, तेव्हा ताऱ्यांचा अभ्यास करण्यासाठी म्हणून त्यांनी सूर्याचा बारकाईने अभ्यास करायला सुरुवात केली. पृथ्वीच्या अस्तित्वाच्या दृष्टीने सूर्याचं अस्तित्व फार महत्त्वाचे आहे म्हणूनही सूर्याचा अभ्यास होणे

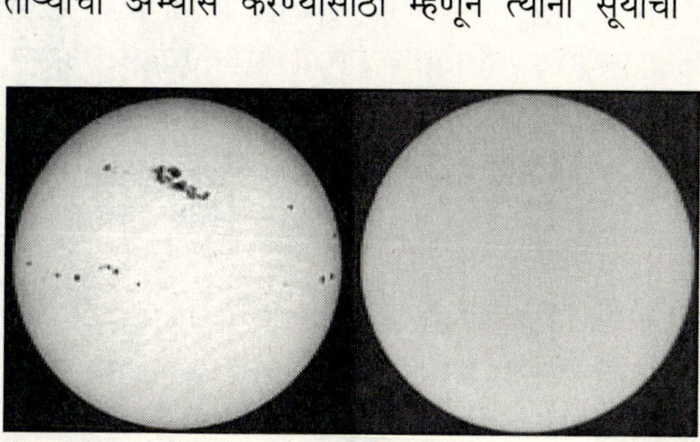

गरजेचे आहे.

सूर्य धगधगता राहायला त्यात काहीतरी इंधन असायला हवे आणि ते पेटते राहायला हवे. अगदी पूर्वीच्या काळी लोकांना वाटायचे, की सूर्यावर फार म्हणजे फार मोठ्या प्रमाणात लाकडं असावीत, जी पेटल्यामुळे आपल्याला सूर्यापासून ऊर्जा मिळते. ते अर्थातच चूक होते. अशा तऱ्हेने अथवा कुठल्याही तऱ्हेच्या पारंपरिक ऊर्जा स्रोताकडून सूर्याला मिळणारी ऊर्जा फार तर २० दशलक्ष वर्षं सूर्य तळपता ठेवायला उपयोगी पडली असती, पण सूर्याचे आत्ताचे वय यापेक्षा कितीतरी जास्त आहे. सूर्यमालेच्या निर्मितीत आधी सूर्य व नंतर इतर ग्रहांची निर्मिती झाली. पृथ्वीवरील सर्वांत प्राचीन खडकांचे वय ४ महापद्म वर्षे (४ बिलियन) इतके आहे असे भूगर्भ शास्त्रज्ञांना लागलेल्या शोधातून समजले आहे. त्यावरून सूर्याचे वय त्यापेक्षा जास्त असणारच. शास्त्रज्ञांच्या अंदाजाप्रमाणे सूर्याचे वय ४.५ ते ५ महापद्म वर्षे इतके असावे. इतकी वर्षे सूर्य धगधगता ठेवायला कुठलाही पारंपरिक ऊर्जास्रोत पुरेसा नाही. मग सूर्याला ऊर्जा कुठल्या स्रोतापासून मिळते?

त्यासाठी काही मुद्दे विचारात घ्यावे लागतील.

१. शास्त्रज्ञांना माहीत होते की सूर्याला स्वतःचेच वजन पेलायचे तर त्याच्या केंद्रस्थानी प्रचंड ऊर्जा असायला हवी आणि ती अतिशय घनस्थितीत (dense) असायला हवी. कारण अति उष्ण वायू मोठ्या प्रमाणावर दाब (pressure) निर्माण करतात, त्यामुळे सूर्याचे बाहेरील आवरण तोलले जाते.

२. हायड्रोजनचे चार अणु एकत्र येऊन हेलियमचा एक अणु तयार होतो. या हायड्रोजनच्या चार अणुंमधील अणुगर्भीय कणांची संख्या हेलियमच्या एका अणुच्या अणुगर्भीय कणांच्या संख्येएवढीच असते, पण तरीही हेलियमचे वजन कमी भरते.

३. सुप्रसिद्ध शास्त्रज्ञ अल्बर्ट आईन्स्टाईनचे सुप्रसिद्ध समीकरण $E = mc^2$, ज्यातून हे समजते की वस्तुमानाचे रूपांतर ऊर्जेत होऊ शकते.

या तीनही गोष्टी वेगवेगळ्या वाटत असल्या किंवा परस्परांशी यांचा काहीही संबंध नाही असे वाटत असले तरी ते तसे नाही. या तीनही गोष्ट एकत्र केल्या तर आपल्या प्रश्नाचे उत्तर मिळते.

खोल सूर्याच्या केंद्रस्थानी अति उष्णतेमुळे हायड्रोजनचे अणु दाबले जाऊन त्यापासून हेलियमचे अणु तयार होतात. यात मूळ जे हायड्रोजन एकत्र होऊन हेलियम तयार झाले त्यात हेलियमचे वस्तुमान कमी भरते. हे नाहीसे झालेले वस्तुमान ऊर्जेत रूपांतरीत होते. म्हणजेच सूर्याला धगधगता ठेवायला मिळणारी ऊर्जा ही 'न्यूक्लिअर फ्यूजन'मुळे मिळते. अशा प्रकारच्या ऊर्जेबद्दल त्यावेळी शास्त्रज्ञ अनभिज्ञ होते. पृथ्वीवर अशा प्रकारची ऊर्जा निसर्गत: निर्माण होत नाही. न्यूक्लिअर फ्यूजनमधून जेवढ्या मोठ्या प्रमाणावर ऊर्जा मिळते तेवढी कुठल्याही स्त्रोतातून मिळत नाही, म्हणून थोड्याशा हायड्रोजनच्या इंधनातून अति मोठ्या प्रमाणावर ऊर्जा निर्माण होते आणि त्यामुळेच सूर्य एवढी वर्षे धगधगत राहिला आहे.

पण मुळात सूर्य एवढा उष्ण व घन कशामुळे झाला? जन्मत:च एवढी उष्णता व घनता असल्याशिवाय सूर्य एक तारा म्हणून जगू शकत नाही. त्याचे रहस्य सूर्याच्या जन्मात आहे. सूर्याच्या जन्माच्या वेळी आपण नव्हतो, पण अवकाशात इतर ताऱ्यांचा जन्म होताना आपण निरीक्षण करू शकतो. अवकाशातील ताऱ्यांच्या अनेक जन्मस्थानांपैकी एक ठळक उदाहरण म्हणजे मृग नक्षत्रातील 'ओरायन नेब्यूला' आकाशात मृग नक्षत्र सहज ओळखता येते. चौकोनातील चार कोनांच्या ठिकाणी चार तारे आणि त्याच्यामध्ये पोटातून बाण गेल्यासारखे तीन तारे आडवे आणि त्यालाच लागून उभे तीन तारे, त्या तीन उभ्या ताऱ्यांतील मधला तारा म्हणजे हा 'ग्रेट ओरायन नेब्यूला' आहे. हा नेब्यूला म्हणजे एक भला मोठा वायू व धुलीकणांचा ढग आहे. त्याला 'स्टेलर नर्सरीच' म्हणतात. तेथे अनेक छोट्या निळ्या ताऱ्यांचा जन्म होतो आहे.

सूर्य आणि सूर्यमालेचा जन्म असाच झाला आहे. एका भल्यामोठ्या तेजोमेघामध्ये बाहेरून पडलेल्या दबावामुळे (उदाहरणार्थ एखाद्या ताऱ्याच्या स्फोटामधून निघणाऱ्या 'ब्लास्ट वेव्हज'मुळे) केंद्रस्थानी वस्तुमान गोळा होऊ लागते. त्या केंद्रस्थानी तयार झालेल्या गोळ्यांभोवती गोल थाळीच्या आकारात वस्तुमान फिरू लागते. याला 'ॲक्रिशन डिस्क' असे म्हणतात. एखादी छोटी मुलगी आपल्या घेरदार फ्रॉकचा घेर गोल गोल फिरून जसा फुगवेल त्यासारखे काहीसे! या घेरामध्ये ठिकठिकाणी

वेगवेगळ्या कक्षेत वेगवेगळ्या वस्तुमानाचे व आकाराचे गोल तयार होऊन त्यातूनच ग्रहांची निर्मिती झाली. आता केंद्रस्थानी असलेल्या प्रचंड वस्तुमानाच्या गोलामध्ये न्युक्लिअर रिॲक्शन सुरू होण्यासाठी ऊर्जा निर्माण व्हावी लागते. तेथील तापमान जेव्हा लाखो अंशांनी वाढते तेव्हा पुरेसा दबाव निर्माण होऊन हायड्रोजन अणुंचे फ्यूजन (एकत्र येणे) सुरू होऊ शकते. यातून हेलियम + ऊर्जा यांची निर्मिती होऊन ही प्रक्रिया पुढे चालू राहते. या प्रक्रियेमुळे एक प्रकारचा दाब आतून बाहेरच्या बाजूला पडतो. बाहेरून आत पडणाऱ्या गुरुत्वीय दाबाला हा दाब तोलून धरतो व ही प्रक्रिया चालू राहून पुरेशी ऊर्जा बाहेर पडायला सुरुवात होते. म्हणजेच तारा जन्माला येतो.

सूर्याच्या निर्मितीच्या वेळी जर केंद्रस्थानी असलेल्या गोलातील वस्तुमान कमी असते तर सूर्यापासून कमी प्रमाणात ऊर्जा बाहेर फेकली गेली असती आणि आपली पृथ्वी म्हणजे अंधाराचे साम्राज्य असलेला एक मृतवत ग्रह झाला असता. समजा, तिथे वस्तुमान खूप जास्त असते तर सूर्य जास्त तेजस्वी झाला असता आणि आपली पृथ्वी चांगली खरपूस भाजून निघाली असती. त्यामुळे सूर्यमालेच्या केंद्रस्थानी योग्य प्रमाणात गोळा झालेल्या वस्तुमानाला धन्यवादच दिले पाहिजेत. पृथ्वीवरील खडक, प्राचीन प्राणी व वनस्पतींचे अवशेष म्हणजे फॉसिल्स आणि अंटार्क्टिका खंडातील बर्फ यांचा अभ्यास करून शास्त्रज्ञांना असे समजले की सूर्याची तेजस्विता दिवसेंदिवस वाढतेच आहे. त्यावरून सूर्य अजून पुढील ५ महापद्म वर्ष असाच तळपत राहील असेही समजले आहे.

पण कधी ना कधी सूर्यावरील हायड्रोजनचे इंधन संपुष्टात येईल तेव्हा काय होईल? तेव्हा पृष्ठभागावरील हायड्रोजन जरी संपला तरी आतील भागातील गाभ्याभोवतीच्या थरात हायड्रोजनचे साठे असतात ते इंधन म्हणून वापरले जाईल. पण आता आधीसारखा सूर्याचा गाभा घन राहणार नाही. त्याचे रूपांतर पृष्ठभागावरील कवचात होईल. तेच कवच प्रसरण पावेल. त्याची त्रिज्या आधीच्या त्रिज्येच्या ३० पट मोठी होईल आणि सूर्य 'रेड जायंट' म्हणजे 'लाल राक्षसी तारा' या स्थितीला पोहोचेल. त्याला 'लाल राक्षसी तारा' म्हणण्याचे कारण त्याचा बाहेरील भाग तुलनेने थंड झाल्यामुळे (तापमान ९०००°F पासून ३०००°F

पर्यंत उतरेल.) लाल दिसेल. याही स्थितीत सूर्य सुमारे २ महापद्म वर्षं जगेल.

लाल राक्षसी ताऱ्याच्या स्थितीत सूर्य पृथ्वीच्या कक्षेपर्यंत फुगेल आणि पृथ्वीला गिळून टाकील असा अंदाज पूर्वी होता. परंतु नव्याने हाती आलेल्या माहितीप्रमाणे सूर्याची पृथ्वीवर एवढी गैरमर्जी होणार नाही, म्हणजे सूर्य पृथ्वीला गिळून टाकू शकेल एवढा प्रसरण पावणार नाही. अर्थात त्यामुळे पृथ्वीवर व्हायचा तो हाहाकार टळणार नाही. या स्थितीत सूर्यातून हजारपट ऊर्जा बाहेर फेकली जाईल. त्यामुळे पृथ्वीवर साक्षात नरक अवतरेल. त्यात भर घालायला सौरवात (Solar winds) वादळात रूपांतरीत होऊन पृथ्वीवर थैमान घालतील आणि पृथ्वीचं संपूर्ण वातावरण नष्टच होईल. याच सौरवातामुळे सध्या आपण ध्रुवीय प्रदेशातील नयनरम्य प्रकाश, ऑरोरा बघू शकतो. सूर्याच्या प्रसरण पावलेल्या अवस्थेमुळे कदाचित गुरू किंवा शनीवरचे सध्या गोठलेल्या अवस्थेत असलेले चंद्र वितळून तिथे कदाचित मानवास योग्य असे पृथ्वीसदृश वातावरण तयार होईल.

दरम्यान, सूर्याच्या बाहेरील कवचात तयार झालेल्या हेलियमचे काय होईल? सूर्याच्या अद्यापही उष्ण असणाऱ्या गाभ्यावर हेलियमचा वर्षाव होईल, त्यामुळे तो जास्त घन आणि मोठा होईल आणि त्यामुळे आतील तापमान वाढून तेथील हेलियम अचानक पेट घेईल. त्यातून पुढील फ्यूजन प्रक्रिया सुरू होऊन हेलियमचे कार्बनमध्ये रूपांतरण होईल.

आता सूर्याच्या अंतर्भागाची परत पुनर्रचना होईल. आतला भाग पुन्हा एकदा ऊर्जेचा स्रोत बनेल व थोडा आकुंचन पावेल. आधी चार हायड्रोजन अणुकेंद्रांपासून (न्युक्लिआय) एक हेलियम अणुकेंद्र (न्युक्लिअस) तयार होत होता, आता ३ हेलियम अणुकेंद्रांपासून एक कार्बन अणुकेंद्र तयार होईल, त्यामुळे ऊर्जेच्या उत्पादनाची क्षमता कमी होईल. सूर्यातील हेलियम इंधनही संपुष्टात आल्यावर परत बाहेरील थरातील साठ्याचा उपयोग होईल. परत सूर्य प्रसरण पावेल. यावेळी सूर्याचा पृष्ठभाग इतक्या दूरपर्यंत प्रसरण पावेल की त्यातील वस्तुमानावर आता सूर्याच्या गुरुत्वाकर्षणाचा फारसा प्रभाव राहणार नाही. यानंतर साधारण १०० दशलक्ष वर्षांनंतर प्रसरण पावलेल्या कवचातील वस्तुमान अवकाशात

इकडे तिकडे पसरून जाईल. त्याचा एक भला मोठा वायूचा ढग बनेल. आतमधल्या आता उघड्या पडलेल्या सूर्याच्या अंतर्भागामुळे हा ढग प्रकाशमान दिसेल. आतमध्ये बिंदूवत प्रकाशमान गाभा आणि त्याभोवती चमकणारे वायूचे आवरण हे एखाद्या दुर्बिणीतून बघितल्यास एखाद्या ग्रहाच्या तबकडीसारखे दिसते, म्हणून याला 'प्लॅनेटरी नेब्यूला' म्हणतात. वास्तवात याचा कुठल्याही प्लॅनेटशी (ग्रहाशी) संबंध नाही. मधल्या गाभ्याचे रूपांतर 'श्वेत बटू'त म्हणजे white dwarf मध्ये होईल. सूर्याचे श्वेतबटूत रूपांतर झाल्यावर याच स्थितीत अनंत काळ राहून नंतर सूर्य प्रकाशायचा थांबेल आणि त्याचा खरोखरच मृत्यू ओढवेल. त्याच्या भोवतीचा वायूचा ढग अवकाशात कुठेतरी वाहात जाईल आणि कदाचित पुढे जाऊन या ढगातील वस्तुमान एखाद्या नवीन ताऱ्याला जन्म देणाऱ्या तेजोमेघात समाविष्ट होईल. निसर्गाचे चक्र अव्याहतपणे चालू राहील. एका ताऱ्याच्या अवशेषातून दुसरा नवीन तारा जन्माला येईल आणि हेच चक्र पुढेही चालू राहील. कुठपर्यंत ते कोणाला माहीत?

■

पृथ्वीच्या पत्रिकेतील मंगळाचे स्थान

'मंगळ पृथ्वीच्या खूप जवळ येणार आहे!'
'मंगळ त्यामुळे खूप तेजस्वी दिसणार आहे!'
'मंगळाचे बिंब चंद्राएवढे मोठे व तेजस्वी दिसणार!'
'पृथ्वीच्या आकाशात दोन चंद्र दिसणार!'

हे आणि अशा आशयाचे ई-मेल वायुवेगे जगभर पसरत होते. मंगळ पृथ्वीच्या खूप जवळ येणार होता ही गोष्ट खरी होती. पण चंद्रबिंबाएवढा मंगळ दिसणार आहे अशी बातमी पसरविणे निव्वळ हास्यास्पद होते. स्पेस ॲस्ट्रॉनॉमी गाईड निक ग्रीन यांनी या ई-मेलच्या प्रत्युत्तरादाखल पाठविलेल्या ई-मेलमधे म्हटले आहे की जर पृथ्वीवरून मंगळ चंद्राएवढा दिसला, म्हणजेच तो इतका जवळ आला तर पृथ्वीवर एकही मनुष्य जिवंत राहणार नाही. कारण दोन्ही ग्रहांच्या गुरुत्वाकर्षणशक्तीमुळे सगळा समतोल

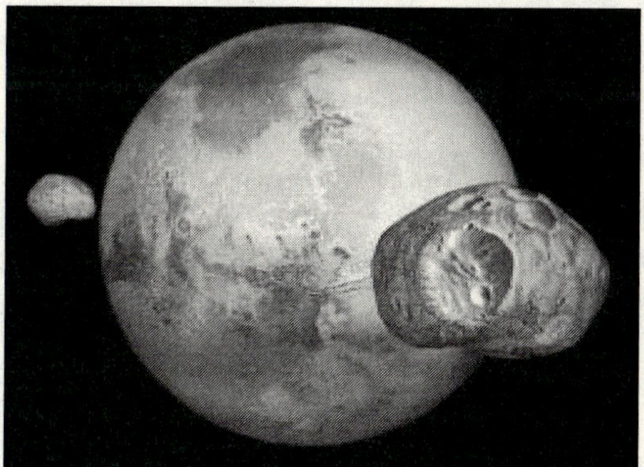

मंगळ आणि त्याचे दोन चंद्र फोबॉस आणि डे मॉस

ढासळेल आणि पृथ्वीवासीय कोलमडतील.

हॉवर्ड कोहेन या फ्लॉरिडा विद्यापीठाच्या खगोलशास्त्र विभागातील शास्त्रज्ञांनी सडेतोडपणे एक एक मुद्दा मांडून मंगळाविषयीचे चुकीचे ई-मेल पाठवणाऱ्यांना चोख उत्तर दिले आहे.

मुळात २००३ साली मंगळ पृथ्वीच्या जवळ येणार होता तेव्हापासूनच हे चित्रविचित्र ई-मेल्स, इंटरनेटद्वारे जगभर पसरायला लागले होते.

पृथ्वी व मंगळ

मग २००५ आणि नंतर २००७ सालीही हे ई-मेल्स जगभर पसरवले गेले. मंगळ दर दोन वर्षांनी पृथ्वीच्या ऑपोझिशनमधे येतो, म्हणजे पृथ्वी, सूर्य व मंगळ यांच्या मधे आणि एका ओळीत येते. त्यामुळे २००३, २००५ व २००७ साली असे ई-मेल्स पसरले तरी एक वेळ समजू शकते. पण २००६ सालीसुद्धा अशाच तऱ्हेचे ई-मेल्स जगभर पसरले. ते मात्र धादांत खोटे होते. या ई-मेल्सच्या विरोधातच हॉवर्ड कोहेन यांनी अफवा पसरवणाऱ्यांना चोख उत्तर दिले.

२००६ साली २७ ऑगस्टला मंगळ पृथ्वीच्या सगळ्यात जवळ तर सोडाच पण पृथ्वीपासून लांब, सूर्याच्या दुसऱ्या बाजूला असणार होता. मंगळाचे पृथ्वीपासूनचे अंतर १५० दशलक्ष मैल असणार होते. म्हणजे २००३ साली मंगळ पृथ्वीपासून जेवढ्या अंतरावर आला होता, त्याच्या ४.४ पट दूर गेला होता.

ई-मेल मधला दुसरा आक्षेपार्ह मजकूर म्हणजे मंगळ चंद्रबिंबाएवढा मोठा दिसणार. हे नुसते चूकच नाही तर हास्यास्पदच म्हणावे लागेल. पण अनेकांचा या ई-मेलवर विश्वास बसला होता व ते चंद्राएवढा मंगळ पाहण्याची वाट बघत होते. आता यांना काय म्हणायचं? ही एक प्रकारची अंधश्रद्धा– ई-अंधश्रद्धा म्हणावी लागेल.

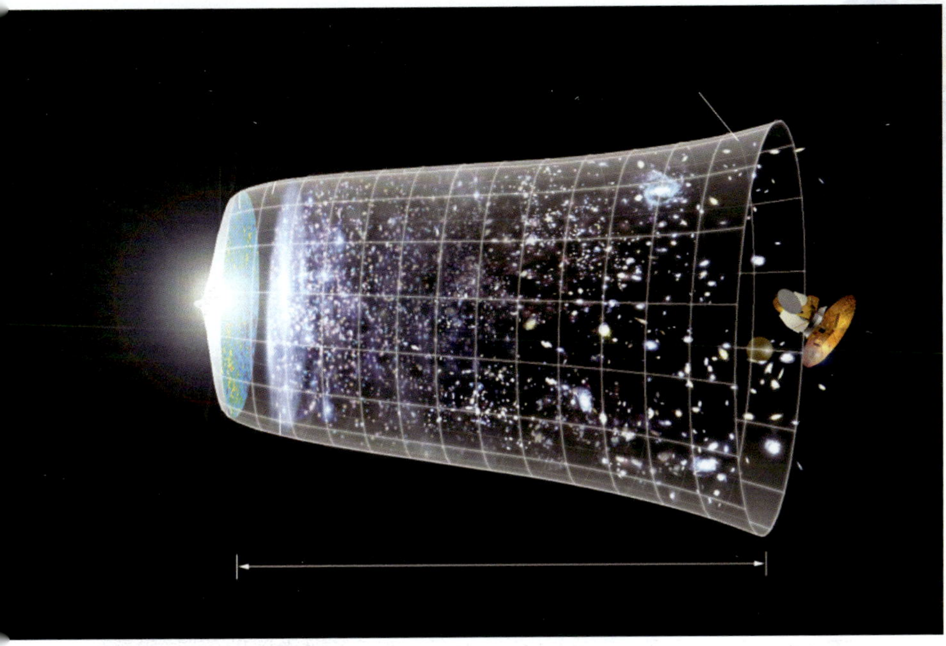

बिग बँग - महास्फोट व त्यानंतरचे विश्व

रेड सुपर जायंट स्टार (V838 Monocerotis) - हा तारा २००२ मध्ये अचानक तेजस्वी दिसू लागला, त्याने त्याच्या आसपासच्या धुलीकणांना उजळून टाकले, त्याचे नाट्यमय दर्शन. यालाच लाईट एको असे म्हणतात.

अँट नेब्युला

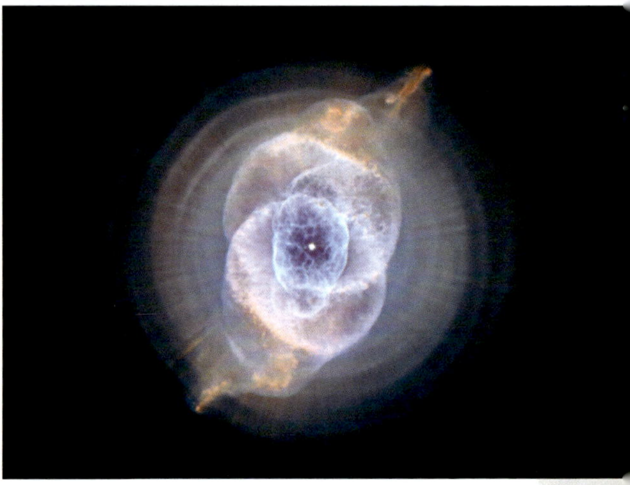
कॅट्स आय नेब्युला

कृष्णविवर

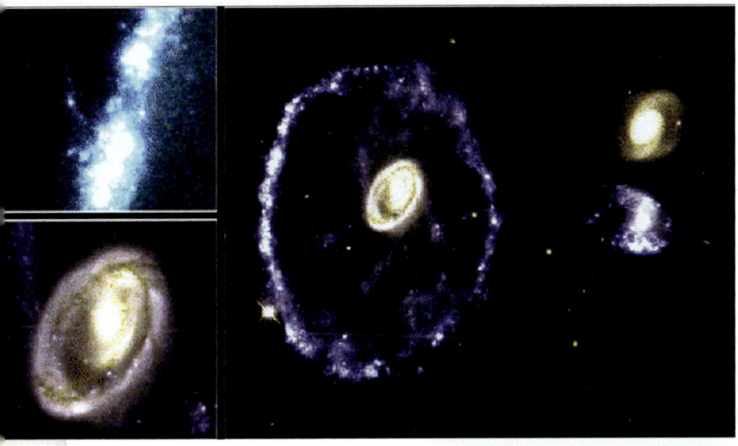

कार्ट व्हिल दीर्घिका

हबलने पाठविलेले
नवीन छायाचित्र - रोझ दीर्घिका
(अंतरिक्षातील गुलाब)

एकमेकींत
मिसळणाऱ्या
दोन दीर्घिका

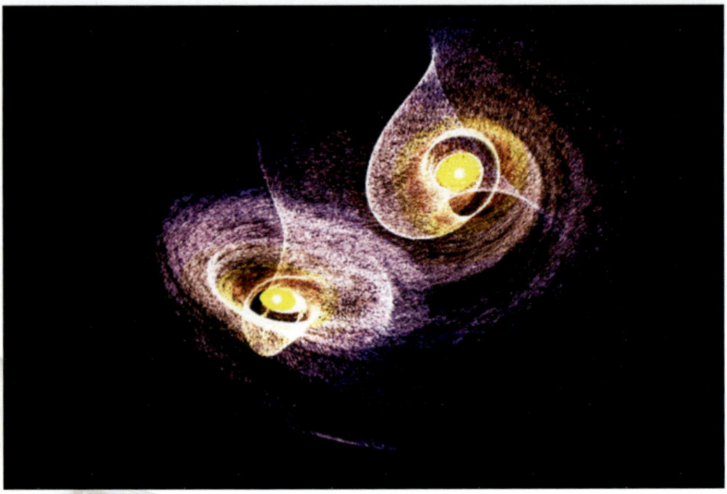

एकमेकींवर आपटणाऱ्या दीर्घिका

मॅकनॉट धूमकेतू

ह्याकूताके धूमकेतू

VLA - व्हेरी लार्ज अॅरे रेडिओ टेलिस्कोप

हबल टेलिस्कोप

शनी आणि त्याचे चंद्र

जोव्हिअन फॅमिली - गुरू व त्याचे चार चंद्र ज्यांना गॅलिलिअन मून्स म्हणतात.

प्लूटो व त्याचे चंद्र

सूर्यमाला

नवतारा - एखादा अंधूक तारा अचानक विलक्षण तेजस्वी दिसू लागतो त्याचे तेज लक्षावधी पटीने वाढते, आशा ताऱ्यांना नवतारा म्हणतात. बहुतेक वेळा नवतारा द्वैती ताऱ्यांमध्ये आढळतो. ज्यातला एक तारा श्वेत बटू तर दुसरा बहुधा राक्षसी तारा असतो. राक्षसी ताऱ्याकडून श्वेत बटूकडे वायुकणांचा ओघ सुरू होतो. कालांतराने त्याच श्वेत बटूवर स्फोट होऊन वायूकण दशदिशांना उत्सर्जित होतात व त्यामुळे पृथ्वीवरून आपल्याला त्या ताऱ्याचे तेज वाढल्यासारखे दिसते.

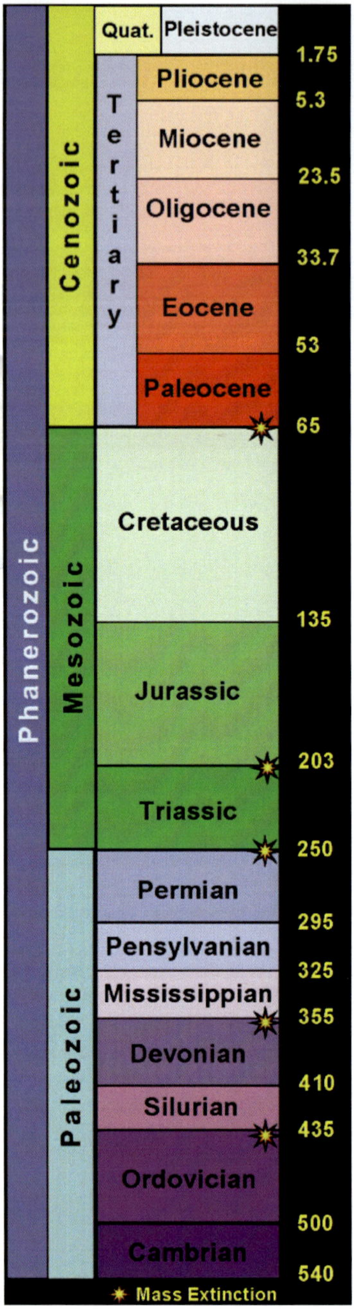

टाईम स्केल - कालचक्र

ग्रहांचे तुलनात्मक आकार
सुर्याच्या तुलनेत ग्रहांचे आकार

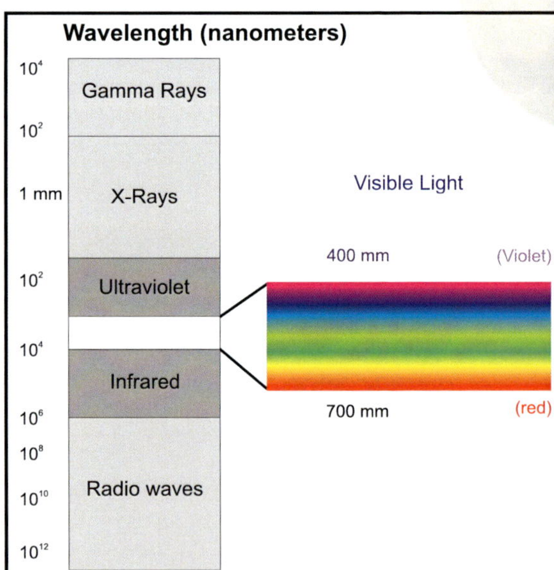

स्पेक्ट्रम

शूमेकर-लेव्ही या धुमकेतुचे तुकडे गुरूच्या दिशेने जाताना.

शनीची कडी

सूर्याच्या पृष्ठभागावरील ज्वाला

पृथ्वीच्या पृष्ठभागावर आदळणारा लघुग्रह

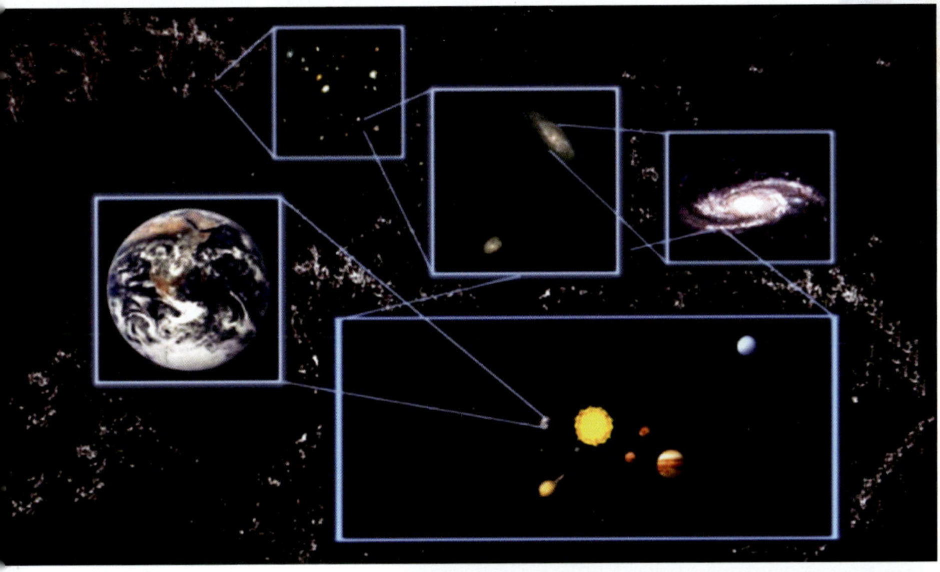

ुलनात्मक अंतरे -
ूर्यमाला ते ब्रह्मांड

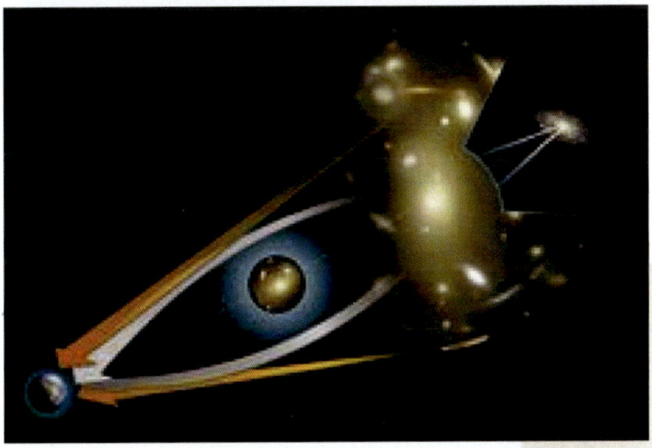

ग्रॅव्हिटेशनल लेन्सिंग

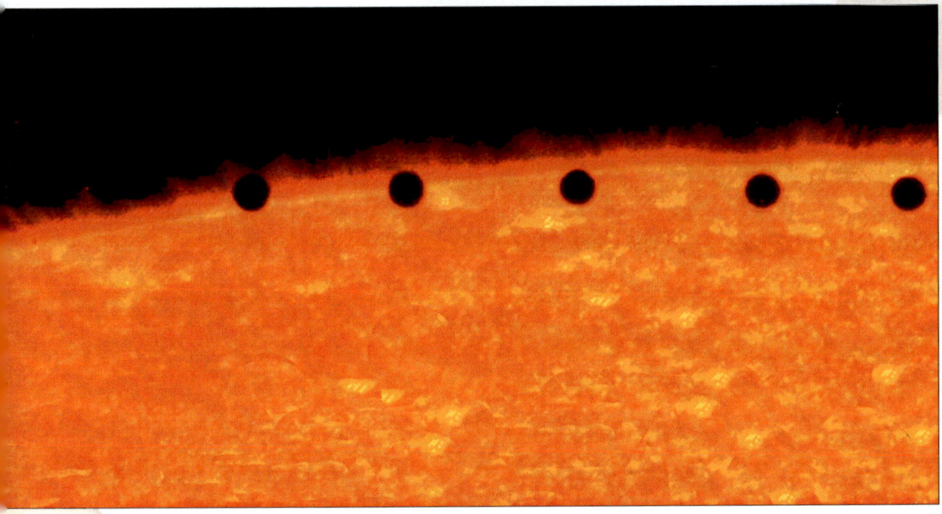

शुक्राचे सूर्याच्या पृष्ठभागावरून अधिक्रमण

परग्रह व त्यावरून दिसणारे दोन सूर्य यांचे काल्पनिक चित्र

पॅलिओसीन काळातील जंगल व प्राणी यांचे कल्पना चित्र

२७ ऑगस्ट २००३ रोजी मंगळ खरोखरच पृथ्वीच्या खूप जवळ आला होता. इतका जवळ तो साधारण ६०,००० वर्षांपूर्वी १२ सप्टेंबर ५७,६१७ ख्रिस्तपूर्व (B.C.) आला होता. त्यावेळी पृथ्वीच्या पाठीवर निअँडरथल हा माणसाचा अप्रगत अवतार वावरत होता.

मागच्या वर्षी २४ डिसेंबर २००७ या दिवशी मंगळ मिथुन राशीत पृथ्वीच्या ऑपोझिशनमधे आला होता. म्हणजे पृथ्वी एका रेषेमधे मंगळ व सूर्याच्या मधे आली होती. पृथ्वीची सूर्याभोवती फिरण्याची कक्षा जरी लंबवर्तुळाकार असली तरी बरीचशी वर्तुळाकार आहे. तर मंगळ जरा जास्त लंबवर्तुळाकार कक्षेतून सूर्याभोवती फिरतो. दोन्ही ग्रहांचे सूर्याभोवती फिरण्याचे वेगही वेगवेगळे आहेत. त्याचमुळे मंगळ आकाशात थोडं अंतर प्रवास करून गेला की उलटा फिरल्यासारखा वाटतो. याला मंगळाचा वक्री मार्ग म्हणतात. वास्तविक हा सगळा भ्रम आहे. मंगळ उलटा फिरत नाही. तो आपल्या मार्गानेच जात असतो. पण पृथ्वीची कक्षा मंगळाच्या कक्षेच्या आतल्या बाजूला आहे. शिवाय दोन्ही ग्रहांचे सूर्यापासूनचे अंतर व दोन्हींचा वेग वेगळा असल्याने तसा भास होतो. या भ्रमंतीतच मंगळ अनेक वेळा पृथ्वीजवळ येतो.

२००७ साली मंगळ व पृथ्वीतले अंतर ५५ दशलक्ष मैल एवढे कमी असणार होते. मंगळावर एखादे यान पाठवण्याच्या दृष्टीने ही एक चांगली संधी होती. ही संधी साधून नासाने 'मार्स लँडर फिनिक्स' पाठवण्याचे ठरवले होते.

त्यावेळी पृथ्वीवरून मंगळ –१.६४ इतका तेजस्वी दिसणार होता. तेजस्वितेच्या मापनात –१, –२, –३ हे तेजस्वितेचे चढते क्रमांक तर ०, +१, +२, +३, +४ हे तेजस्वितेचे उतरते क्रमांक धरतात. त्या हिशोबाने आकाशातील सगळ्यात तेजस्वी तारा जो व्याध त्याची तेजस्विता –१.४ असते. सगळ्यात तेजस्वी दिसणारा ग्रह (जो परप्रकाशित असतो, ताऱ्यासारखा स्वयंप्रकाशित नव्हे) शुक्र याची तेजस्विता –४ असते तर सूर्याची –२७ असते.

यानंतर मंगळ पृथ्वीच्या इतक्या जवळ येईल ती तारीख असेल २८ ऑगस्ट २२८७. बहुतेक तोपर्यंत माणूस मंगळावर वस्ती करायला लागून पृथ्वी कधी मंगळाच्या जवळ दिसेल याची वाट बघायला

लागला असेल.

मंगळाच्या लाल रंगामुळे रोमन लोकांनी त्याला युद्धदेवता (God of War) ठरवले. मार्च महिन्याला त्याचे नाव मार्स (मंगळ)मुळेच मिळाले. त्याच्या लाल रंगामुळेच फार प्राचीन काळापासून मानवाला मंगळाची ओळख पटलेली आहे. लॉवेल या शास्त्रज्ञाला मंगळावर दिसणाऱ्या उभ्या-आडव्या रेषांमुळे त्यावर कॅनॉल्स असावेत असे वाटले होते. ते अर्थातच चुकीचे ठरले. मंगळ हा जवळजवळ पृथ्वीच्या निम्म्या आकाराचा आहे तरीही त्यावरील जमीन व पृथ्वीवरील जमिनीचे क्षेत्रफळ सारखेच भरेल. कारण पृथ्वीच्या पृष्ठभागावरील कोरडी जमीन कमी आणि समुद्राचे पाणी जास्त असल्यामुळे (खारे पाणी ७१% इतके आहे.) मंगळ व पृथ्वीवरील कोरड्या जमिनीचे क्षेत्रफळ सारखेच भरेल. मंगळाची सूर्याभोवती फिरण्याची कक्षा जास्त लंबवर्तुळाकार असल्यामुळे तेथील तापमानात फार चढ-उतार आहेत. मंगळावरील सरासरी तापमानच –५५°C (–६७°F) असते. मंगळाच्या ध्रुवीय प्रदेशात तेथील हिवाळ्यात तापमान –१३३°C (–२०७° F) पर्यंत घसरते तर उन्हाळ्यात दिवसाचे तापमान २७°C (८०°F) असू शकते.

मंगळाचा पृष्ठभाग प्राचीन काळी तयार झालेल्या डोंगर, दऱ्या, क्रेटर्सने बनलेला आहे. मंगळाच्या पृष्ठभागावर आपल्या सूर्यमालेतील सगळ्यात उंच पर्वत आहे त्याचे नाव ऑलिंपस मॉन्स (Olympus Mons) ठेवण्यात आले आहे. त्याची उंची २४ कि.मी. (७८००० फूट) एवढी प्रचंड आहे. तो पर्वत म्हणजे आता शांत झालेला प्राचीन ज्वालामुखी आहे. एव्हरेस्टची उंची २९०२९ फूट (८८४८ मीटर) एवढी आहे. त्याच्या तुलनेत Olympus Mons दुपटीपेक्षा जास्त आहे.

कोणे एकेकाळी मंगळाच्या पृष्ठभागावर कुठलातरी द्रवपदार्थ (पाणी?) वाहत गेल्याचे स्पष्ट पुरावे मिळतात. मंगळावर अतिशय पातळ असा वातावरणाचा थर आहे. मंगळाच्या ध्रुव प्रदेशावर असलेल्या बर्फाच्या टोप्या पृथ्वीवरील दुर्बिणीतून दिसू शकतात. तो बर्फ म्हणजे पाण्याचा बर्फ किंवा ड्राय आईस (कार्बन डाय ऑक्साईड) आहे.

मंगळाला दोन चंद्र आहेत, फोबॉस व डेमॉस. मंगळाच्या बाबतीत एक फारच विलक्षण गोष्ट 'मार्स ग्लोबल सर्व्हेयर'ने घेतलेल्या फोटोमधून

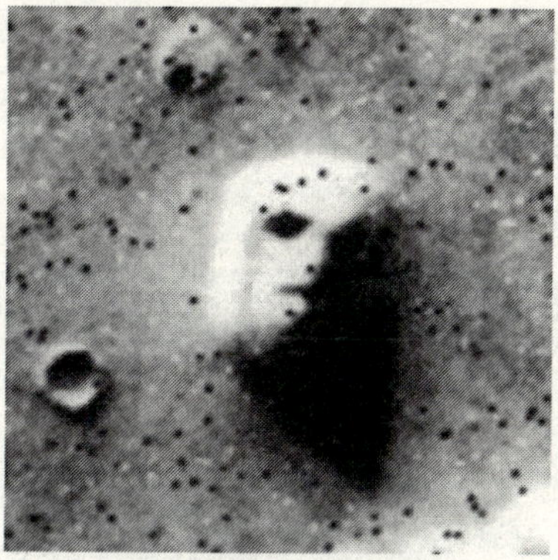

मंगळाच्या पृष्ठभागावर दिसणारा 'फँटम फेस' (अर्थात आभासी चेहरा)

आढळली, ती म्हणजे मंगळावरील फँटम फेस. लहान मुलांच्या गोष्टीच्या पुस्तकातील फँटम (वेताळ). त्याच्या चेहऱ्यासारखा चेहरा मंगळाच्या पृष्ठभागावर दूर यानातून दिसतो. काही फोटोंमधे तो चेहरा खरंच फँटमच्या चेहेऱ्यासारखा दिसतो. काही फोटोंमधे मात्र तो अजिबात तसा दिसत नाही. खरं-खोटं काय ते तो मंगळच जाणे.

३० जानेवारी २००८ रोजी मंगळाच्या पृष्ठभागावर २००७ WDS हा लघुग्रह (Asteroid) आदळणार होता; परंतु तीही बातमी खोटीच ठरली. त्यामुळे मंगळावर लघुग्रह आपटताना बघायची सुवर्णसंधी आकाश निरीक्षकांना मिळाली नाही.

मंगळावरील बग्गीबाबत :

मंगळ ग्रहाबाबत जाणून घेण्यासाठी नासाने तीन वेगवेगळ्या तऱ्हेने प्रयत्न केले आहेत. (१) मंगळाच्या जवळून उडत जाताना माहिती मिळवणारी अवकाशयाने, (२) मंगळाभोवती प्रदक्षिणा घालून माहिती मिळवणारी अवकाशयाने, (३) प्रत्यक्ष मंगळाच्या पृष्ठभागावर उतरून माहिती मिळवणारी उपकरणे. २००४ मध्ये नासाने 'स्पिरिट' व 'अपॉर्च्युनिटी' नावाच्या दोन 'रोव्हर्स' (बग्ग्या) मंगळाच्या पृष्ठभागावर पाठवल्या आहेत. स्पिरिट ही सूर्यशक्तीवर चालणारी, सहा चाकं असणारी बग्गी आहे. ४ जानेवारी, २००४ रोजी १९००० कि.मी. प्रतीतास इतक्या वेगाने ही बग्गी मंगळाच्या वातावरणात (पातळ थर) शिरली. तेथील वातावरणाची घनता कमी असल्याने मंगळाच्या पृष्ठभागावर बग्गी उतरवण्यास नुसत्या पॅराशूटचा उपयोग करता येण्यासारखा नव्हता. पृष्ठभागावर ही बग्गी उतरवण्यासाठी उलट्या दिशेने काम करणारी रॉकेट्स व भल्या मोठ्या एअरबॅग्ज (Reverse

Rockets) ची मदत घ्यावी लागली. 'स्पिरिट'च्या मंगळाच्या पृष्ठभागावरच्या अवतरण्याच्या वेळी स्पिरिटच्या भोवती गोल गोल फुग्यांनी बनलेल्या पिरॅमिडच्या आकाराचे आवरण होते. ते मंगळाच्या पृष्ठभागावर टेकल्यावर एखाद्या चेंडूसारखे उंच उंच टप्पे खात हळूहळू स्थिरावले. मग एखाद्या कमळाच्या पाकळ्या उमलाव्यात त्याप्रमाणे त्याचे बाहेरील आवरण उघडले. मग आतील सोलर पॅनल्स उघडली व त्यातून रोव्हर बाहेर पडून मंगळाच्या पृष्ठभागावर चालायला लागली. त्यानंतर पृथ्वीवरील शास्त्रज्ञांनी अतिशय काळजीपूर्वक आणि हळुवारपणाने ती बग्गी unfold केली. या कामाला मंगळाचे १० दिवस (२४ तास ३९ मिनिटं) लागले. त्यावर शक्तिशाली कॅमेरे आणि काही शास्त्रीय उपकरणे आहेत.

'स्पिरीट'च्या पाठोपाठ २५ जानेवारी २००४ रोजी 'अपॉर्च्युनिटी' ही दुसरी बग्गी मंगळाच्या दुसऱ्या भागावर उतरवली गेली.

दोन्ही बग्ग्या उत्तम रितीने काम करत असून त्यांच्या नियोजित आयुष्यक्रमापेक्षा म्हणजे १६०० सोल्स (मंगळाचा दिवस २४ तास ३९ मिनिटे) पेक्षा जास्त काळ कार्यरत आहेत. आता या बग्ग्या मंगळाच्या पृष्ठभागावर उतरल्या त्याला ५ वर्षे पूर्ण झाली आहेत तरी अजूनही त्या

बग्गीभोवतीचे फुग्याफुग्यांनी बनवलेले पिरॅमिडच्या आकाराचे आवरण

व्यवस्थित कार्य करीत आहेत.

जिथे 'अपॉर्च्युनिटी' ही बग्गी उतरवली गेली तिथे कोणे एके काळी अतिशय खारट (क्षारयुक्त) आणि आम्लयुक्त अशा पाण्याचा साठा असावा असे या बग्गीने घेतलेल्या निरीक्षणातून समजते.

स्पिरिटच्या निरीक्षणातूनही मंगळावर प्राचीन काळी पाणी असावे असे दर्शवणारे पुरावे मिळाले आहेत.

'स्पिरिट' व 'अपॉर्च्युनिटी' या दोन बग्ग्यांच्याद्वारे मंगळाबाबत अजूनही बरीच माहिती मिळू शकते. भविष्याच्या पोटात अजून काय काय दडलंय, कोण जाणे!

■

अंतराळातील लघुग्रह

आपली सूर्यमाला आणि आपल्या सूर्यमालेचे सदस्य म्हणून आपण फक्त नवग्रहांचा... चुकलं! आठ ग्रहांचाच विचार करतो. बिचाऱ्या प्लुटोला वनवासी करून शास्त्रज्ञांनी काय मिळवलं कोण जाणे! असो. तर मंगळ आणि गुरूच्या मधे लघुग्रहांचा जो पट्टा आहे तोही आपल्या सूर्यमालेचाच एक भाग आहे. त्या लघुग्रहांच्या पट्ट्यात असंख्य असंख्य लघुग्रह आहेत. प्रत्येकजण वेगळ्याच चमत्कारिक आकाराचा आणि अंगात विचित्र खोडी असलेला.

टिटिअस-बोड्स लॉ

१८व्या शतकात दोन जर्मन शास्त्रज्ञ जोहान टिटिअस व जोहान बोड यांनी ग्रहांची सूर्यापासूनची अंतरे सांगणारे एक कोष्टक शोधून काढले होते.

सूर्यापासून पृथ्वीचे जे अंतर आहे त्याला एक ॲस्ट्रोनॉमिकल युनिट म्हणजे एक ज्योतिष्यकीचे एकक धरतात; जे १४ कोटी ९४ लाख ५० हजार कि.मी. एवढे आहे. समीकरण खालीलप्रमाणे :

$X = (K + 4) / 10$

$K = 0, 3, 6, 12, 24, 48...$ आणि $X = 1$ पृथ्वीसाठी

या नियमाप्रमाणे प्रत्येक ग्रहाची X ची किंमत म्हणजे सूर्यापासूनचे अंतर सांगता येते.

उदा. (१) बुध : पहिला ग्रह

X = (0+4) / 10 = 0.4 ज्योतिष्यीय एकक, जे प्रत्यक्षात ०.३९ ज्योतिष्यकीय एकक आहे.

(२) शुक्र : दुसरा ग्रह

X = (3+4) / 10 = 0.7 ज्योतिष्यकीचे एकक, जे प्रत्यक्षात ०.७२ A.U. आहे.

तसेच

ग्रह	**T-B law प्रमाणे अंतर**	**प्रत्यक्ष अंतर**
पृथ्वी	१.०	१.० A.U.
मंगळ	१.६	१.५२ A.U.
सेरेस (ॲस्टेरॉईड)	२.८	२.७७ A.U.
गुरू	५.२	५.२० A.U.
शनी	१०.०	९.५४ A.U.
युरेनस	१९.६	१९.२ A.U.
नेपच्युन	३८.८	३०.०६ A.U.
प्लुटो	७७.२	३९.४४ A.U.

टिटिअस-बोड्सच्या नियमाने अंदाज केलेल्या अंतरावरच त्या त्या ठिकाणी बरोबर तिथेच ग्रह सापडले. फक्त २.८ A.U. या अंतरावर एकही ग्रह सापडत नव्हता.

वास्तविक १८व्या शतकात टिटिअस व बोड या दोन शास्त्रज्ञांनी शोधलेल्या या नियमाप्रमाणे सूर्यापासूनच्या ग्रहांच्या अंतराचे A.U. (Astronomical units = 1 सूर्य-पृथ्वी अंतर) मधे एक कोष्टक मांडलं. ०, ३, ६, १२, २४, ४८, ... याप्रमाणे आकडे मांडून त्यात प्रत्येकी ४ आकडा मिळवायचा व १० ने भागायचे म्हणजे ते आकडे असे येतात–

$$\frac{०+४}{१०},\quad \frac{३+४}{१०},\quad \frac{६+४}{१०},\quad \frac{१२+४}{१०},\quad \frac{२४+४}{१०},\quad \frac{४८+४}{१०} \;\ldots\ldots\ldots$$

.४, .७, १.०, १.६, २.८,, ५.२ ....

या नियमाप्रमाणे बुध, शुक्र, पृथ्वी, मंगळ, गुरू वगैरे ग्रहांची अंतरं बरोबर जमत होती. मात्र मंगळ व गुरू यांच्यामध्ये कुठला ग्रह सापडत नव्हता. म्हणजे २.८ ए.यू. अंतरावर कुठलाच ग्रह नव्हता. मग सुरू झाली हरवलेल्या ग्रहासाठी शोधमोहीम. इकडे स्वतंत्ररित्या सेरेस नावाच्या एका लघुग्रहाचा शोध लागला होता. त्याचं सूर्यापासूनचे अंतर साधारण २.७७ ए.यू. म्हणजे २.८ ए.यू.च्या जवळपास येणारे आणि त्या नियमात बसणारे होते. सेरेसची कक्षा बरोबर मंगळ व गुरूच्या मधल्या फटीत बसत होती. नंतर हळूहळू अनेक लघुग्रहांचा शोध लागला आणि असं लक्षात आलं की हरवलेल्या ग्रहाच्या जागी असंख्य छोट्या छोट्या लघुग्रहांचा पट्टा आहे.

आपल्या सूर्यमालेतील सर्व ग्रहांची निर्मिती झाल्यानंतर उरले सुरले तुकडे म्हणजे हे लघुग्रह असावेत असा शास्त्रज्ञांचा अंदाज आहे. लक्षावधी लघुग्रह या पट्ट्यात असावेत. सेरेस हा लघुग्रह १००० कि.मी. व्यासाचा आहे. हा मोठ्यातल्या मोठा तुकडा. लघुग्रहांचे आकारमान १००० कि.मी. व्यासापासून ते अगदी काही सेंटीमीटर किंवा त्याहीपेक्षा कमी व्यासापर्यंत कमी-जास्त असे आहे. हे लघुग्रह पाषाणाचे वा धातूचे बनलेले आहेत. काही शास्त्रज्ञांच्या मते हे लघुग्रह म्हणजे फार पूर्वी अस्तित्वात असलेल्या एखाद्या ग्रहाचे मोठ्या टकरीमुळे उडालेले तुकडे असावेत. तर काहींच्या मते हे तुकडे म्हणजे तयार होऊ न शकलेला ग्रह आहे. प्रत्यक्षात जर हे सगळे लघुग्रह एकत्र करून त्याचा एक ग्रह बनवला तर त्याचा व्यास चंद्राच्या त्रिज्येपेक्षाही कमी भरेल. म्हणजे तो ग्रह चंद्राच्या निम्म्याहून कमी आकाराचा भरेल.

लघुग्रहांविषयी मिळालेली माहिती सुरुवातीला तरी पृथ्वीवर आदळणाऱ्या त्यांच्यातल्या तुकड्यांवरून त्यांचा अभ्यास करूनच मिळत होती. जो लघुग्रह म्हणजे ॲस्ट्रॉईड पृथ्वीच्या दिशेने झेपावत असेल आणि पृथ्वीवर आदळण्याच्या मार्गावर असेल अशा ॲस्ट्रॉईडना उल्का (मिटिरॉईड) म्हणतात. याच उल्का पृथ्वीच्या वातावरणात शिरताना घर्षणामुळे जळतात आणि आपल्याला उल्का दिसली असं आपण म्हणतो. एखादी उल्का पूर्णपणे न जळता काही तुकडे पृथ्वीवर पडले तर त्यांना उल्कापाषाण म्हणतात. याच तुकड्यांच्या अभ्यासावरून शास्त्रज्ञ लघुग्रहांबद्दल अंदाज बांधत होते.

१८०१च्या जानेवारी महिन्याच्या पहिल्या तारखेला पिआझी नावाच्या शास्त्रज्ञाला एका धूमकेतूचा शोध लागला असे वाटले. पण निरीक्षणांवरून कळले, की तो धूमकेतू नसून छोट्या ग्रहासारखा आहे. तोच सेरेस! सिसिलीतील धान्याची देवता सेरेस ओहे. त्यानंतर सापडलेले लघुग्रह म्हणजे पोलास, व्हेल्टा आणि ज्युनो. त्यानंतर एका पाठोपाठ एक असे लघुग्रह सापडतच गेले आणि शास्त्रज्ञांना त्यांची बारशी करण्याचा कंटाळा यायला लागला असावा.

१९९१ मधे 'गॅलिलिओ' या अवकाश यानाने '९५१ गॅस्प्रा' नावाच्या लघुग्रहाला भेट दिली आणि चांगल्या प्रतीचे फोटो घेतले गेलेला 'गॅस्प्रा' हा पहिला लघुग्रह ठरला. याच अवकाशयानाने '२४३ इडा' नावाच्या लघुग्रहाचे जवळून दर्शन घेतले.

NEAR EARTH ASTEROID RENDEZVOUS (NEAR) नावाचे अवकाशयान हे ठरावीक कक्षेमधे एखाद्या लघुग्रहाभोवती फिरणारे पहिले अवकाशयान म्हणावे लागेल. ७ जून, १९९७ला या यानाने अतिशय वेगाने जात 'माथिल्ड' नावाच्या लघुग्रहाचे जवळून दर्शन घेतले.

लघुग्रहाच्या निरीक्षणावरून असं समजलं की त्यांच्या रंगांमधे आणि तेजस्वितेमधे होणारे बदल त्यांच्या चित्रविचित्र आकारामुळे आहेत. एखाद्या घराएवढ्या छोट्या आकारापासून ते एखाद्या देशाच्या आकाराएवढे लघुग्रह शोधले गेले आहेत.

लघुग्रहांच्या छोट्या आकारमानामुळे त्यांच्यातील गुरुत्वाकर्षण शक्ती अगदीच कमी असते. या त्यांच्या क्षीण गुरुत्वाकर्षणामुळे त्यांचा आकार

गोल होऊ शकला नाही. आहे त्याच वेड्यावाकड्या आकारात ते सूर्याभोवती फिरतात. त्यामुळे लघुग्रहांच्या पट्ट्यांमध्ये काही किलोमीटर आकाराचे बटाटे किंवा घेवड्याच्या आकाराच्या बिया, पालीचे डोके किंवा कवट्या असल्या वाट्टेल त्या आकाराचे लघुग्रह फिरताना दिसतात. त्यांच्या वेड्यावाकड्या आकारमानामुळे त्यांचे गुरुत्वमध्य बहुतेक करून वस्तुकेंद्रापासून दूर गेलेले असते. त्यात चक्राकार गतीमुळे त्यांच्या केंद्रापसारी बलाची (centrifugal force) भर पडून फारच विचित्र गोष्टी अनुभवास येऊ शकतात. दक्षिण ही दक्षिण नसू शकते, डोंगरावरून खाली पडण्याऐवजी तुम्ही खालून डोंगरावर पडू शकता. थोड्या उंचावर मारलेली उडी तुम्हाला कदाचित कायमची वर घेऊन जाऊ शकते किंवा एखाद्या संथ कक्षेमधे फिरवून कुठल्यातरी भलत्याच ठिकाणी पोहोचवू शकते. एखादा पुढच्या बाजूला टाकलेला दगड तुमच्याच डोक्यावर येऊन आपटू शकतो. एखादी वरच्या दिशेने मारलेली छोटी उडी तुम्हाला १०० मीटर डाव्या बाजूकडे नेऊ शकते किंवा तुमच्या पायाखालचा पूर्ण लघुग्रहच सरकवू शकते.

लघुग्रहांचा पट्टा मुख्यत: मंगळ आणि गुरूच्या मधल्या पट्ट्यात आहे. पण काही भरकटलेले लघुग्रह पृथ्वीच्या किंवा गुरूच्या कक्षेपर्यंत पोहोचतात. त्यांना 'ट्रोजन ॲस्टेरॉईड' (Trojan Asteroids) म्हणतात. मुख्य पट्ट्यातील लघुग्रह पाषाणाचे अथवा धातू (मुख्यत्वे लोखंडाचे) बनलेले असतात. मूळ प्रवाहापासून दूर असलेले भरकटलेले लघुग्रह कोळशासारखे काळे किंवा लालसर आणि कार्बन समृद्ध असतात. पहिल्या गटाला 'S class' लघुग्रह म्हणतात तर दुसऱ्या गटाला C व D class लघुग्रह म्हणतात. दुसऱ्या गटातील लघुग्रहांचा काळा, लाल रंग हेच सूचित करतो की त्यांची घडण प्रिमॉर्डियल नेब्युलापेक्षा (आदिम काळी असलेल्या वायू व धुलीकणांच्या गोलापासून, ज्यातून सूर्य व सूर्यमाला तयार झाली) फारशी वेगळी नाहीये. शास्त्रज्ञांनी या निरीक्षणांवरून सूर्यमालेच्या निर्मितीसंबंधी काही अनुमान बांधले. सुरुवातीला असणाऱ्या धुलीकण आणि वायुगोलातून ग्रह तयार होण्यासाठी छोटे छोटे कण एकत्र येत गेले. त्यांचे मोठे गोल होत एकत्र येऊन त्यातून ग्रह निर्माण झाले. मात्र मंगळाच्या कक्षेपलीकडील भागात नजिकच्या गुरूच्या जबरदस्त गुरुत्वाकर्षीय संस्पंदनामुळे (gravitational re sonance) कुठलाही तुकडा

१००० कि.मी. व्यासापेक्षा मोठा होऊच शकला नाही व आत्ताचा लघुग्रहांचा पट्टा तयार झाला.

त्यातल्या मोठ्यातल्या मोठ्या लघुग्रहांच्या अंतरंगात जरूरीपुरती उष्णता निर्माण झालेली होती. म्हणून त्यावरील घन धातू पाझरून लघुग्रहाच्या केंद्रभागी जमा झाले. पृष्ठभागावर हलक्या पाषाणाचा थर तयार झाला. काहींवर ज्वालामुखीचे विस्फोट झाले. उल्कापाषाणांच्या परीक्षणावरून द्रव पाणी कधी काळी लघुग्रहांवर अस्तित्वात असल्याच्या खुणा सापडतात.

गुरूच्या वाढत्या प्रभावामुळे लघुग्रह मोठे होऊ शकले नाहीत. उलट जे त्यातल्या त्यात आकाराने मोठे होते त्यांचे तुकडे पडत गेले. काही लघुग्रह एकमेकांवर आपटून फुटले. त्या फुटलेल्या तुकड्यांसह मूळ लघुग्रह आपला कुटुंबकबिला घेऊन फिरावा तसा सूर्याभोवती प्रदक्षिणा घालतो. एखादा लघुग्रह दुसऱ्या एखाद्या मोठ्या वस्तूमुळे उदा. एखाद्या ग्रहामुळे त्याच्या कक्षेबाहेर खेचून घेतला जाऊ शकतो. जेव्हा असा एखादा लघुग्रह दुसऱ्या ग्रहाच्या तावडीत सापडतो तेव्हा तो त्या ग्रहाशी कायमचा बांधला जातो. म्हणजे तो लघुग्रह त्या ग्रहाचा उपग्रह (चंद्र) बनून त्याच्याभोवती फेऱ्या मारायला लागतो. शास्त्रज्ञांच्या मते मंगळाचे दोन्ही उपग्रह (चंद्र) फोबॉस व डेमॉस हे याच तऱ्हेने मंगळाला मिळाले असावेत.

लघुग्रहांच्या बाबतीत एक मजेदार गोष्ट लक्षात आली आहे. ती म्हणजे १ कि.मी.पेक्षा मोठ्या आकाराचा कुठलाही लघुग्रह हा एकसंध नसून छोट्या छोट्या तुकड्यांनी बनलेला आहे. याला 'रबलपाईल' हायपोथेसिस म्हणतात. थोडक्यात २०० मीटर पेक्षा मोठे असलेले लघुग्रह हे एकसंध नसून एकावर एक तुकडे रचून बनवल्यासारखे आहेत. अशा लघुग्रहाशी एखाद्या दुसऱ्या लघुग्रहाची टक्कर होऊन त्याचे तुकडे उडतात. उडालेले तुकडे कमी वेगाने आपल्या मूळ कक्षेत फिरत असतात. काही तासातच वेगवेगळे फुटून निघालेले ते तुकडे गुरुत्वाकर्षण शक्तीमुळे एकत्र येतात. जे जास्त वेगाने फिरू लागलेले असतात ते मात्र एकत्र येत नाहीत. अशा तऱ्हेने परत एक तुकड्या तुकड्यांनी बनलेला लघुग्रह तयार होतो.

२००६ साली असं जाहीर करण्यात आलं की अनेक धूमकेतूंचा

लघुग्रहांच्या पट्ट्यामधे समावेश आहे. पृथ्वीवरील महासागरांच्या निर्मितीसाठी लागणारे पाणी यासारख्या धूमकेतूंच्या मधून मिळाले असावे असे एक अनुमान आहे.

'गॅलिलिओ' यानाने जेव्हा 'गॅस्प्रा' या लघुग्रहाला भेट दिली त्यानंतर दोन वर्षांनी '२४३ इडा' या लघुग्रहाला भेट दिली. त्यामधे एक अनमोल असा शोध गॅलिलिओ यानाला लागला. तो असा की 'इडा' या लघुग्रहाभोवती एक अगदी छोटा म्हणजे १.४ कि.मी. व्यासाचा उपग्रह फिरतोय. त्याला शास्त्रज्ञांनी 'डॅक्टील' असे नाव दिले. आतापर्यंतचा लघुग्रहाला चंद्र (उपग्रह) असल्याचा हा पहिलाच शोध.

यानंतर अजून एका नवलपूर्ण गोष्टीचा शोध शास्त्रज्ञांना लागला तो म्हणजे लघुग्रहाची जोडी किंवा जोडीजोडीने फिरणारे लघुग्रह. गॅलिलिओ यानाने शोधलेल्या 'इडा-डॅक्टील' या जोडीवरून या शोधाला प्रथम आधार मिळाला. यावरून शुक्र, बुध, पृथ्वी, मंगळ आणि पृथ्वीचा चंद्र यांच्यावरील उल्कापातामुळे निर्माण झालेले १५% खळगे वा खड्डे हे जोडीजोडीने (doublets) का आहेत याचा अंदाज येऊ शकतो.

अवकाशयानाने भेट दिलेले चित्रविचित्र लघुग्रह :

गॅस्प्रा (Gaspra) : अवकाश यानाने भेट दिलेला पहिला वहिला लघुग्रह म्हणजे 'गॅस्प्रा'. १९९१ साली गुरूच्या दिशेने जाताना 'गॅलिलिओ' यानाने गॅस्प्राला भेट दिली. त्याच्या पृष्ठभागावर सहा मोठे अंतर्गोल खळगे आहेत. काहींच्या मते ही सहा क्रेटर्स (उल्कापाताने होणारे खळगे) नसून गॅस्प्रा जेव्हा त्याच्या मूळ लघुग्रहापासून तुटून निघाला तेव्हा पडलेले ते खळगे आहेत. गॅस्प्राच्या क्षीण गुरुत्वाकर्षणामुळे मोठ्या क्रेटर्सनी एका बाजूने कललेला सपाट असा आकार धारण केला असावा असा एक सिद्धान्त आहे.

इरॉस (Eros) : या लघुग्रहाला NEAR यानाने भेट दिली. इरॉस हा साधारण बोटीच्या आकाराचा असून त्याचा पुढला भाग अरुंद तर मागचा मोठा रुंद आहे. त्याच्या अंतर्गोल डेकवर जनावराच्या पंजाच्या आकाराचा

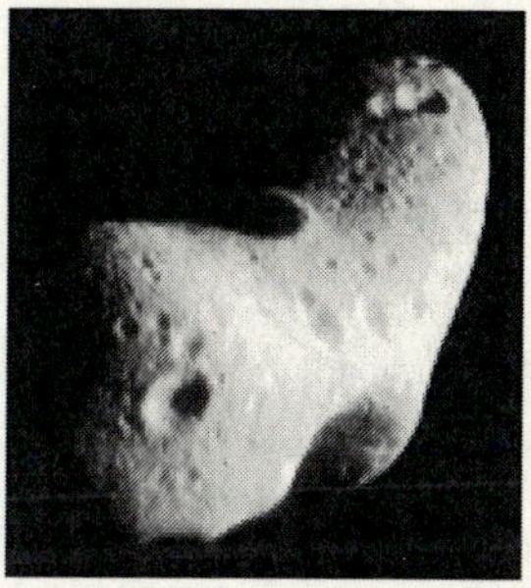

खळगा आहे. 'Paw Print' म्हणून तो ओळखला जातो. त्याच्या आतमधे अर्ध्या वाटेवर थांबल्यासारखा वाटणारा एक भला मोठा खडक आहे. जणू खाली जायची दिशा नक्की कुठली आहे हे त्याला कळलेले नाही. या खळग्याच्या भागाच्या विरुद्ध बाजूला असलेला खळगा इतका मोठा आहे की तो इरॉसच्या एकंदर आकारमानाचा भाग बनून गेला आहे. त्याच्या निर्मितीच्या वेळेला इरॉसवर चिरा पडून मोठे तुकडे त्यापासून अलग झाले असण्याची शक्यता आहे.

कॅस्टॅलिआ (Castalia) : १९८९ साली हा लघुग्रह पृथ्वीपासून पृथ्वी-चंद्र या अंतराच्या ११ पट अंतरावर आला होता. दृष्य दुर्बिणीच्या कक्षेत तरीही तो येत नव्हता. पण ध्वनिलहरींवर आधारित दुर्बिणीतून त्याचे निरीक्षण करता येणार होते. 'अरेकिबा' प्युर्टोरिको येथील जगातल्या सर्वांत मोठ्या रेडिओ दुर्बिणीने पृथ्वीवरून शक्तिशाली किरण त्यावर टाकून त्या लघुग्रहाचे रेडिओ चित्र घेण्यात आले. त्यात त्याचा भुईमुगाच्या शेंगेसारखा आकार स्पष्ट समजतो. क्षीण गुरुत्वाकर्षण असूनही ८०० मीटरचे त्याचे दोन तुकडे एकमेकांना पक्के धरून आहेत.

व्हेस्टा (Vesta) : हा एकच असा लघुग्रह आहे ज्याचा पृष्ठभाग बॅसाल्टिक खडकाचा बनलेला आहे. जो प्राचीन लाव्हापासून बनला आहे. त्याचा स्वत:चा आकार आहे ५२५ कि.मी. व्यासाचा आणि त्यावरचं भलांमोठं क्रेटर आहे ४३० कि.मी. व्यासाचं. ते काही महापद्म वर्षे जुने आहे. याच क्रेटरचा V आकाराचा तुकडा पडून एक वेगळा लघुग्रह बनला असावा.

माथिल्ड (Mathilde) : या प्राचीन (primitive) 'c type' लघुग्रहाची निअरने इरॉसकडे जाताना निरीक्षणे घेतली. हा लघुग्रह कोळशापेक्षा काळा, आकाराने सगळ्यात मोठा आणि सगळ्यांपेक्षा संथ गतीने फिरणारा

असा आहे. त्याची कक्षा लंबवर्तुळाकार असून मुख्य पट्ट्याच्या बाहेरच्या मर्यादेपर्यंत जाते. निअर या अवकाश यानाचा प्रक्षेपपथ (ट्रॅजेक्टरी) माथिल्डच्या अस्तित्वामुळे किंचित हलला. त्यावरून त्याच्या वस्तुमानाचा अंदाज बांधता येतो. त्याच्यावरची मोठी मोठी क्रेटर्स कमालीची आश्चर्यकारक आहेत. कितीतरी क्रेटर्स माथिल्डच्या सरासरी त्रिज्येपेक्षा जास्त मोठी आहेत. पण एकाही क्रेटरच्या भोवती इतर ग्रहांवर असते त्याप्रमाणे कड किंवा ejecta deposits नाहीत. तसंच कुठल्याही क्रेटरमधे परत परत उल्का वर्षाव होऊन झालेले खळगे नाहीत. जणू काही, एका अमेरिकन लेखकाने म्हटल्याप्रमाणे कुणा देवतेने येऊन या अवकाशस्थ सफरचंदाचा अलगद तुकडा तोडून नेला आहे.

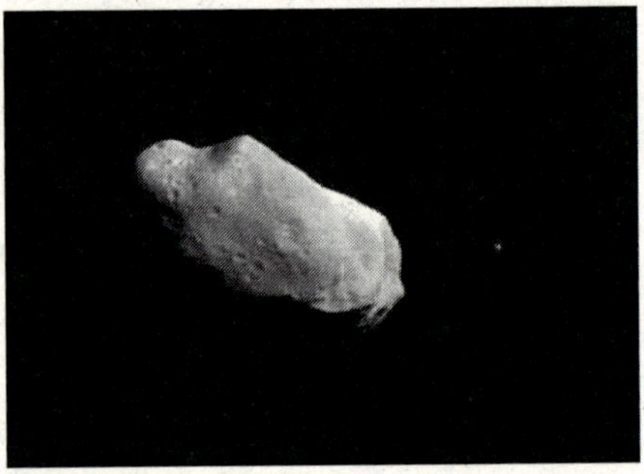

इडा व डॅक्टिल (Ida & Dactyl) : ग्रॅस्पाला भेट दिल्यानंतर दोन वर्षांनी 'गॅलिलिओ' यान लघुग्रहांच्या मुख्य पट्ट्यातून जात असताना यानाला इडा व डॅक्टिलची जोडी सापडली. लघुग्रह व त्याभोवती फिरणारा त्याचा चंद्र अशी ही पहिलीच जोडी, शास्त्रज्ञांना तर एखादे अनमोल रत्न सापडावे तशी वाटली. काहींच्या मते डॅक्टिल हा इडावरील क्रेटरच्या मधून बाहेर पडलेल्या पदार्थापासून (ejecta) तयार झाला असावा, तर काहींच्या मते कित्येक महापद्म वर्षांपूर्वी हे जोडीनेच तयार झाले असावेत.

तर असे हे चित्रविचित्र लघुग्रह.

खगोलशास्त्रज्ञांनी आता असा सिद्धान्त मांडला आहे की लघुग्रह ज्या गतीने स्वत:भोवती गिरक्या घेतात, त्याच्यावर सूर्याच्या प्रकाशाचा प्रभाव पडतो. यार्कोव्हस्की-ओकीफ-रॅड्झिव्हस्की-पॅडॅक इफेक्टनुसार [Yarkovsky-O'Keefe-Radzievaskii-Paddaak (YORP) effect] जेव्हा सूर्याचा प्रकाश एखाद्या लघुग्रहावर पडतो, तेव्हा त्याचा पृष्ठभाग थोडा गरम होतो. ती उष्णता बाहेर फेकली जाते तेव्हा त्या धक्क्याने तो लघुग्रह गिरकी घेतो.

तेव्हा मंडळी, भविष्यकाळात कधी एखाद्या लघुग्रहावर स्वारी करायची संधी तुम्हाला मिळालीच तर पृष्ठभागावर उतरताना जरा काळजी घ्या. कारण बहुतेक लघुग्रह अवकाशात फिरताना गिरक्या घेतात. त्यामुळे उतरताना तुम्ही पृष्ठभागावर पाय ठेवायला जाल आणि तोपर्यंत तो तुमच्या पायाखालून सरकून दूर जायचा!

(आधार : सायंटिफिक अमेरिकन व नासाच्या सौजन्याने.)

■

शनीच्या चंद्रांची धुळवड

खगोलशास्त्रासंबंधी एखादा लेख असो, बातमी असो किंवा आणखी काही त्यावरच्या चित्रामध्ये आपल्या दिमाखदार कड्यांच्यासह शनीचे चित्र हे असतेच. खगोलशास्त्राच्या इतिहासात जेव्हापासून शनीच्या कड्यांचा शोध लागला आणि जेव्हापासून नवीन नवीन तंत्रज्ञानाच्या साहाय्याने त्याचे सुंदर सुंदर फोटो माणसाला उपलब्ध होऊ लागले तेव्हापासून शनीने आकाश निरीक्षकांना भुरळ घातली आहे. अनेक प्रकारची याने शनीसंबंधी माहिती मिळविण्यासाठी शनीच्या जवळ पाठविण्यात आली आहेत. त्यातीलच एक आहे नासाचे 'कॅसिनी' हे यान.

२००४ सालापासून 'कॅसिनी' शनीच्या असंख्य चंद्रांच्या (उपग्रहांच्या) आणि कड्यांच्या गुंतागुंतीच्या राज्यातून फेरफटका मारत आहे. त्यातून शनीचे चार अंतर्उपग्रह आणि पाच बाह्य उपग्रह. पहिले चार उपग्रह मिमॅस, एन्सेलॅड्स, टेथिस आणि डाथोने, तर बाह्य उपग्रह ऱ्हिआ, टायटन, हायपेरिऑन, इॲपेड्स, फोबे (यांचे एकमेकातील अंतराचे प्रमाण लक्षात येण्यासाठी ही आकृती दिलेली आहे). १९९७ पर्यंत फक्त १८ चंद्रांची माहिती होती, २००७ पर्यंत शनीच्या ६० चंद्रांचा शोध लागला आहे. त्यातील ५२ चंद्रांची बारशी झालेली आहेत. म्हणजे त्यांना विशिष्ट नावं दिलेली आहेत. जी बहुतेक करून ग्रीक व रोमन पुराणकथांमधील पात्रांची आहेत. शनीचे चंद्र त्याच्या कड्यांच्या मधेमधे पेरल्यासारखे आहेत. शनी सूर्याभोवती फिरतो त्या दिशेने काही चंद्र फिरतात तर काही त्याच्या उलट दिशेने.

चंद्रांची एक जोडी तर शनीभोवती फिरताना आपापल्या जागा एकमेकांत बदलते आणि काही काळानंतर परत ते आपापल्या जागी येतात. शास्त्रज्ञांना शनीच्या कड्यांबद्दल, त्याच्या उपग्रहांबद्दल आणि विशेषत: त्याच्या सगळ्यात मोठ्या उपग्रहाबद्दल 'टायटन'बद्दल विशेष माहिती मिळत आहे. पण शनीच्या परिवारातील इतर बर्फाळ, थिजलेल्या उपग्रहांबद्दल मिळालेली माहिती फार वैचित्र्यपूर्ण आणि कुतूहल निर्माण करणारी अशी आहे.

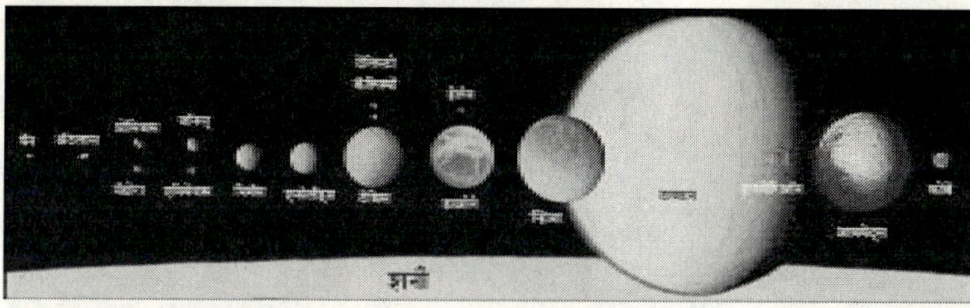

जून २००४ पासून 'कॅसिनी' शनीच्या सर्वांत मोठ्या नऊ उपग्रहांचा अभ्यास करतंय. टायटन सोडला तर बाकी सर्व आठही उपग्रहांवर धुळीचा थर असल्याचे लक्षात आले आहे. शनीच्या सर्वांत मोठ्या नऊ उपग्रहांची नावे आहेत, मिमॅस, एन्सेलँड्स, टेथिस, डाओने, ऱ्हिआ, टायटन, हायपेरिऑन, इॲपेट्स, फोबे.

यातील 'मिमॅस' हा या नऊ पैकी सगळ्यात आतला, तर 'फोबे' हा सर्वांत बाहेरचा उपग्रह आहे. यातील प्रत्येकाची आपली अशी खासियत आहे.

'एन्सेलॅड्स' या उपग्रहावरून शनीच्या कड्यामध्ये बर्फाचे कण फेकले जातात. या संदर्भात कॅसिनीने 'एन्सेलॅड्स'चा एक अतिशय सुंदर फोटो पृथ्वीकडे पाठविला आहे. २७ नोव्हेंबर, २००७ रोजी हा फोटो घेतला गेला. त्यात 'एन्सेलॅड्स'ची द्वितीयेच्या चंद्रासारखी नाजूक कोर दिसत असून त्याच्या दक्षिण गोलार्धावरून एखाद्या ज्वालामुखीतून लाव्हाचे फवारे उडावेत तसे बर्फाचे कण फवारले जाताहेत असे दिसते. टायटनच्या कक्षेच्या आतल्या चारही उपग्रहांवर 'एन्सेलॅड्स'वरून फेकल्या गेलेल्या बर्फाच्या कणांचा थर आहे.

'टायटन'च्या कक्षेच्या बाहेरच्या उपग्रहांची कथा अजूनच वेगळी

आहे. त्यांच्यावर धुळीचा थर आहे आणि ही धूळ त्यांच्यावर बाहेरून फेकली जाते आहे हे निश्चित परंतु त्या धुळीचा मुख्य स्रोत कुठे आहे हे नक्की समजत नाहीये.

शनीच्या दिशेने पाठविलेल्या 'व्हॉयेजर' यानाने केलेल्या निरीक्षणांमधील अनेक निरीक्षणातून हेच दिसून येतंय की हे कण फेकणारा दुसरा तिसरा कोणी नसून या नऊ उपग्रहांपैकी सगळ्यात बाहेरचा उपग्रह 'फोबे' हाच

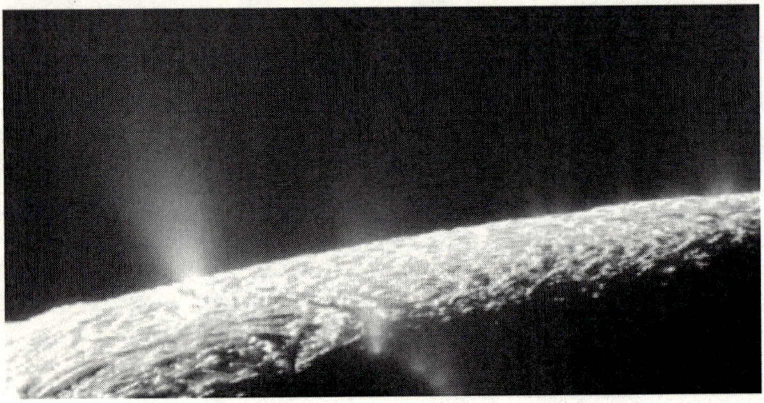

शनीच्या 'एन्सेलॅड्स'वरील बर्फाच्या ज्वालामुखीचे जास्त जवळून घेतलेले चित्र

आहे. 'फोबे' स्वत:ही धुळीच्या थरांनी माखलेला आहे. अतिसूक्ष्म अशा उल्कांचा त्याच्या पृष्ठभागावर सतत मारा होत असतो. प्रत्येक पडणारी उल्का फोबेच्या पृष्ठभागावर आदळताना धुळीचे फवारे उडवते. 'फोबे' हा शनीच्या भोवती विरुद्ध दिशेने म्हणजे शनी सूर्याच्या भोवती फिरतो त्याच्या विरुद्ध दिशेने फिरतो, त्यामुळे अवकाशातून येणाऱ्या कुठल्याही वस्तूची फोबेशी समोरासमोर टक्कर होऊन त्यावरून मोठ्या प्रमाणात धूळ उडते. ती धूळ शनीच्या दिशेने भिरकावली जाते. आता 'टायटन', 'इऑपेट्स' आणि 'हायपेरिऑन' हे उपग्रह नेमके अशा स्थितीत आहेत की त्यांना मधल्यामध्ये ती धूळफेक झेलावी लागते. यातून थोडी उरलीसुरली धूळ 'टायटन'च्या आतले उपग्रह 'डायोने' आणि 'ऱ्हिआ' यांच्यावरही शिंपडली जाते. पण मुख्य थर बाहेरच्या तीन उपग्रहांवरच

बसतो. एकूणच शनीची कडी आणि त्याचे चंद्र हा प्रचंड मोठा पसारा अनेक चमत्कृतींनी भरलेला आहे असे म्हणायला हरकत नाही.

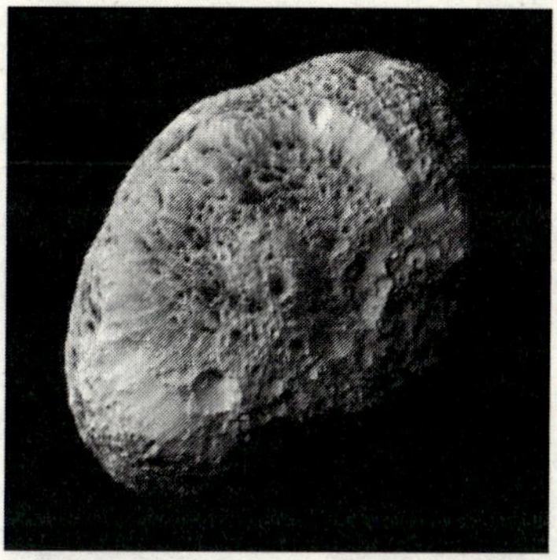

हायपेरिऑन– हा एक 'स्पाँजी' (स्पंजसारखा) उपग्रह आहे. या उपग्रहाच्या पृष्ठभागावरही असंख्य खाचखळगे आहेत. पण याच्यावरच्या खाचखळग्यांचं एक खास वैशिष्ट्य आहे. 'सन कप्स' असे ज्यांना म्हणतात अशा खळग्यांचा हा उपग्रह आहे. या खळग्यात अवकाशातून येणारी धूळ पडली की ती धूळ सूर्यकिरणांना शोषून घेते, त्यामुळे खळग्याभोवतालचा थोडा बर्फ वितळतो. यामुळे खळग्यांचे आकार चित्रविचित्र होतात. एकूणच वेड्याविद्र्या आकाराच्या खड्ड्यांनी व सुळक्यांनी भरलेला असा याचा पृष्ठभाग दिसतो.

आयपेट्स– हा एक अजूनच विचित्र उपग्रह आहे. याचे सरळ सरळ दोन वेगवेगळे भाग आहेत. एक काळा भाग आणि एक पांढरा शुभ्र भाग. हे असे उघड उघड दोन भाग असायचे कारण म्हणजे त्याच्या काळ्या भागावरच धूळ जमा होते. या उपग्रहाचा शनीभोवती फिरण्याचा वेग कमी (७९ दिवसांत शनीभोवती १ फेरी पूर्ण) असल्याने एकच बाजू जास्त वेळ ऊन व धूळ खाते. उन्हामुळे म्हणजे सूर्यकिरणांमुळे तो पृष्ठभाग गरम होतो. शनीच्या कड्यांच्या आणि उपग्रहांच्या भल्या मोठ्या परिवारातील ही सगळ्यात उष्ण जागा असू शकते. याच्यामुळे आयपेट्सची काळी बाजू कडकडीत गरम व कोरडी अशी आहे. त्या बाजूवर परावर्तीत बर्फाचे कण पडतात तेव्हा एखाद्या तापल्या तव्यावर

पाण्याचा थेंब पडल्यावर तो जसा नाच करील तसा तो बर्फाचा कण गोल गोल फिरतो व मग थंड व सुरक्षित अशा जागी जाऊन मगच स्थिरावतो आणि परत गोठून जातो. तो बर्फाचा कण काळ्या बाजूवर स्थिरावत नाही. यावरून आयपेट्सची काळी बाजू काळी आणि उजळ बाजू उजळ का राहते हे समजेल.

फोबे– फोबे हा सर्वांत बाहेरचा म्हणजे नऊ मोठ्या उपग्रहांमधील सर्वांत बाहेरचा उपग्रह. याच्यावरून फेकली जाणारी धूळ आयपेट्स व हायपेरिऑन यावर पडते. पण यातही एक गंमत आहे. फोबेवरील धुळीचा रंग दृश्य प्रकाशात आयपेट्सवरील धुळीच्या रंगासारखा दिसत नाही. त्याहून वरताण म्हणजे हायपेरिऑनवरील धुळीचा रंग या दोन्हीपेक्षाही अजूनच वेगळा आहे.

हे असं असूनही काही शास्त्रज्ञांना फोबेवरूनच आतल्या दोन उपग्रहांवर धुळीचा शिडकावा होतो असं वाटतं. परंतु नासाच्या जेट प्रोपल्शन लॅबोरेटरीच्या बोनी जे बुराटी यांचा मात्र असा दावा आहे की, ही जी धूळफेक होते आहे ती फोबेवरून नाही तर त्याच्याही पलीकडे असणाऱ्या दूरवरच्या पाच छोट्या छोट्या शनीच्याच उपग्रहांवरून होते आहे. हे पाचही छोटे उपग्रह फोबेप्रमाणेच शनीची परिक्रमा उलट्या दिशेने करतात, त्यामुळे त्यांच्याबद्दल संशयाला जागा राहते. आयपेट्स उपग्रहावरच्या दोन वेगवेगळ्या भागांपैकी काळा भाग हा या दूरवरच्या उपग्रहावरून आलेली धूळ, फोबेवरील धूळ आणि बर्फाचे कण यांनी बनला आहे.

याही पलीकडे जाऊन काही शास्त्रज्ञ म्हणतात, की या सर्वच उपग्रहांवर बाहेरच्या अवकाशातून धूळ येऊन पडत असावी. काही शास्त्रज्ञांच्या मते आयपेट्स हा उपग्रह पहिल्यांदा पूर्णपणे मिथेनच्या बर्फापासून बनला असावा आणि एकाच भागाला सतत जास्त सूर्यप्रकाशाला

तोंड द्यावे लागले असल्याने तो भाग काळा झाला व दुसरा भाग पांढरा राहिला. पण अजूनतरी आयपेट्सच्या दोन चेहऱ्यांचे नेमके रहस्य शास्त्रज्ञांना कळलेच नाहीये. भविष्यात कधी कळेल की नाही हे कोण आणि कसं सांगणार?

शनीची देखणी कडी

शनी ग्रहाची निर्मिती झाली तेव्हाच शनीची कडी तयार झाली असावीत असा एक अंदाज होता. शनीच्या कड्यांच्या निर्मितीबद्दल दोन सिद्धान्त मांडले जातात. आधी शनीच्या भोवती फिरणारा त्याचाच एक उपग्रह शनीच्या गुरुत्वाकर्षण शक्तीमुळे त्याच्याकडे आकर्षित झाला. म्हणजे त्याची शनीभोवती फिरण्याची कक्षा कमी होत होत तो शनीजवळ आला आणि त्याच्या आकर्षणशक्तीमुळे त्याचे तुकडे तुकडे होऊन शनीभोवती कड्यांच्या रूपात फिरू लागले. किंवा त्या उपग्रहावर एखादा धूमकेतू किंवा उल्का येऊन आदळल्यामुळे त्याचे तुकडे झाले असतील असाही एक सिद्धान्त मांडला जातो.

दुसऱ्या सिद्धान्ताप्रमाणे एखाद्या उपग्रहाचे तुकडे होऊन त्याची कडी तयार झाली हा सर्वच विचार चुकीचा असून शनीच्या कड्यांमधे असलेले पदार्थ मूळ सूर्यमाला तयार होतानाच्या वेळच्या तेजोमेघातून उरलेले पदार्थ असावेत.

पण शनीच्या कड्यांच्या मधे असलेल्या बर्फाच्या तुकड्यांचे विश्लेषण झाल्यावर त्यांची निर्मिती शनीच्या निर्मितीच्या खूप नंतरची असावी असं सिद्ध होतंय. शनीच्या कड्यांमधील पदार्थ शनीच्या स्वतःच्या पेक्षा १०० दशलक्ष वर्षांनंतर तयार झालेले असावेत.

असंख्य छोट्या छोट्या कणांनी शनीची कडी बनलेली आहेत.

९९.९% पाण्याच्या बर्फाने हे कण बनलेले आहेत. काही धुलीकण आणि काही रसायने यांचे त्यामधे अगदी थोड्या प्रमाणात मिश्रण आहे.

अगदी पहिल्या प्रथम शनीची कडी बघणारा शास्त्रज्ञ होता गॅलिलिओ गॅलिलि. अर्थात त्यावेळी त्याला शनीच्या कड्यांच्या घडणीबद्दल काहीच माहिती नव्हती. आधी तर शनीच्या दोन बाजूला त्याचे दोन छोटे उपग्रह (त्याची पिल्ले) आहेत असे गॅलिलिओला वाटले. त्यांच्या पुराणातील कथेप्रमाणे शनी आपलीच पिल्ले खाणारा दुष्ट ग्रह आहे असेही त्यास वाटले. कारण शनीची कडी आयनिक वृत्तापासून कललेली असल्याने ती कधी पूर्णपणे उघडलेली दिसतात तर कधी 'कड' (edgewise) दिसत असल्याने पूर्णपणे दिसेनाशीही होतात. आताची म्हणजे २ फेब्रुवारी २००९ मधे शनीची हीच स्थिती होती. सप्टेंबर २००९ मधे शनीची कडी बरोब्बर edgeon (कड आपल्या बाजूला असलेली स्थिती) स्थितीत असतील. नंतर हळूहळू ती उलगडत जाऊन आठ वर्षांनी म्हणजे ऑक्टोबर २०१७ मधे पूर्णपणे उघडलेल्या स्थितीत दिसतील. याआधी २००२-२००३ मधे पूर्णपणे उघडलेली अशी स्थिती होती.

ही कडी मिटली गेल्याने शनीच्या तेजस्वितेमधेही फरक पडतो (तेजस्विता कमी होते)

गॅलिलिओनंतर शनीचे निरीक्षण करणारा शास्त्रज्ञ होता ख्रिश्चन हॉयजेन (Huygens)! १६६५ मधे त्याने निरीक्षणे करून लिहून ठेवले की शनीची कडी एखाद्या चपट्या तबकडी किंवा थाळीसारखी असून ती मुख्य शनी ग्रहाला कुठेही स्पर्श करीत नाहीत.

शनीची कडी ही एकसंध तबकडीसारखी नसून ती अनेक कड्यांची मिळून बनलेली आहेत आणि त्यांच्यामधे फटी आहेत असा शोध जिओबॅनी डोनिनिक कॅसिनी याने १६७५ मधे लावला. हा शोध फारच महत्त्वपूर्ण होता. त्यामुळे शनीच्या कड्यांमधील सगळ्यात मोठ्या फटीला (gap) कॅसिनीच्या स्मरणार्थ 'कॅसिनी डिव्हिजन' म्हटले जाते. कॅसिनी डिव्हिजन ही शनीच्या A आणि B कड्यांच्या मधली ४८०० कि.मी. रुंदीची फट आहे.

१७८७ साली पिअर-सायमन लाप्लास या शास्त्रज्ञाने सुचवले की शनीची कडी एकात एक बसणाऱ्या बांगड्यांसारखी घन कडी असावीत.

पण १८५९ मधे जेम्स क्लर्क मॅक्सवेल या शास्त्रज्ञाने लाप्लासचा

सिद्धान्त चुकीचा सिद्ध करून असे सुचवले की शनीची कडी ही अनेक कणांची मिळून बनलेली असावीत. ती जर घन कडी असती तर ती अस्थिर होऊन मोडून तुटून गेली असती.

१८९५ साली 'लिक' ऑब्झर्व्हेटरी (वेधशाळा)च्या जेम्स कीलर (Keeler) या शास्त्रज्ञाने विच्छिन्नकिरण दर्शकयंत्राच्या साहाय्याने (spectroscopic observations) मॅक्सवेलचा सिद्धान्त सिद्ध केला.

आता हे सिद्ध झालेले आहे की असंख्य छोट्या मोठ्या कणांनी शनीची कडी बनलेली आहेत. कड्यांमधील छोटे मोठे कण यांचे आकार छोट्या धुलीकणांपासून ते एखाद्या घराएवढ्या आकाराचे असू शकतात. त्याच्यामधे अनेक कमी-जास्त रुंदीच्या फटी आहेत. त्यातल्या त्यात मोठ्या फटी (gaps) कॅसिनी, एन्के इ. पृथ्वीवरून म्हणजे पृथ्वीवरील दुर्बिणीतूनही दिसू शकतात. कड्यांमधील काही फटी शनीच्या छोट्या छोट्या चंद्रांच्या शनीभोवती फिरण्याच्या मार्गामुळे निर्माण झाल्या आहेत. उदा. पॅन नावाचा शनीचा छोटा उपग्रह. तसेच कॅसिनी डिव्हिजन शनीच्या 'मिमॅस' या चंद्रामुळे राखली अथवा सांभाळली जातीय.

'कॅसिनी स्पेस प्रोब'च्या निरीक्षणातून असे समजले आहे की शनीच्या कड्यांना त्यांचे स्वत:चे असे वातावरण आहे जे खुद्द शनीच्या वातावरणापेक्षा वेगळे आहे. कड्यांचे वातावरण मॉलेक्युलर ऑक्सीजन वायू म्हणजे O_2चे बनलेले आहे. शनीच्या कड्यांच्यामधील छोट्या हिमकणांवर सूर्याचे अतिनील किरण पडल्यामुळे O_2 वायू तयार होतो.

शनीच्या कड्यांना A, B, C, D, E, F, G अशी नावे दिलेली आहेत. तसेच त्यांच्या मधल्या फटींनाही नावे दिलेली आहेत. शनीच्या सगळ्यात बाहेरच्या सगळ्यात तेजस्वी व मोठ्या अशा A रिंग आणि F रिंगच्या मधल्या फटीला 'रोशे डिव्हिजन' (Roche) असे नाव दिलेले आहे. F कडी ही A च्याही बाहेरची कडी आहे पण ती इतर कड्यांसारखी किंवा तेवढी तेजस्वी नाही. 'रोशे डिव्हिजन' याची 'रोशे लिमिट'बरोबर गल्लत होण्याची शक्यता आहे. रोशे लिमिट म्हणजे एखाद्या मोठ्या वस्तूचे एखाद्या खूप मोठ्या ग्रहाच्या अतिजवळ जाण्यामुळे तुकडे होऊ शकतात. जिथपर्यंत वस्तू एकसंध राहू शकते त्या मर्यादेला 'रोशे लिमिट' (मर्यादा) असे म्हणतात. गंमत म्हणजे शनीची रोशे मर्यादा

बरोबर रोशे डिव्हिजनच्या जवळच आहे आणि त्यामुळेच शनीची कडी, कडी-स्वरूपात शिल्लक असून एखाद्या एकसंध उपग्रहात (गोळ्यात) विलीन झालेली नाहीत.

शनीच्या B रिंगवर (कड्यांवर) सायकलच्या चाकाच्या आऱ्यांसारखे आरे (spoke) दृष्टोत्पत्तीस आले आहेत. ते कशामुळे तयार होतात हे अद्याप समजलेले नाही. पण हे ऋतुमानाप्रमाणे बदलणारे आहेत.

शनीच्या कड्यांचा पसारा त्याच्या विषुववृत्तापासून पुढे २,००,००० कि.मी.पर्यंत पसरलाय. पण कड्यांची जाडी मात्र त्या मानाने फारच कमी म्हणजे १० मीटरपर्यंतच आहे.

खाली शनीच्या कड्यांची नावं, त्यांच्यामधल्या फटींची नावं, कड्यांचं शनीपासूनचं अंतर इत्यादी गोष्टींचं कोष्टक दिलं आहे.

कडीचे नाव	**शनीपासूनचे अंतर**	**रुंदी (कि.मी.)**	**कोणाच्या स्मरणार्थ नाव दिलंय**
D रिंग	६६,९०० ते ७,४५,१००	७५००	
C रिंग	७४,६५८ ते ९,२०,०००	१७५००	
B रिंग	९,२०,००० ते १,१७,५८०	२५५००	
कॅसिनी डिव्हिजन	१,१७,५८० ते १,२२,१७०	४७००	जिओवॅनी कॅसिनी
A रिंग	१,२२,१७० ते १,३६,७७५	१४६००	
रोशे डिव्हिजन	१,३६,७७५ ते १,३९,३८०	२६००	एडूअर्ड रोशे
F रिंग	१,४०,१८०	३०-५००	
जानस-एपिमेथिअस रिंग	१,४९,०००-१,५४,०००	५०००	जानस व एपिमेथिअस
G रिंग	१,७०,००० ते १,७५,०००		

कडीचे नाव	**शनीपासूनचे अंतर**	**रुंदी (कि.मी.)**	**कोणाच्या स्मरणार्थ नाव दिलंय**
मेथोन (Methon) रिंग	१,९४,२३०	?	मेथोन
ॲन्थे रिंग	१,९७,६६५	?	ॲन्थे
पॅलिन रिंग	२,११,०००-२,१३,५००	२५००	पॅलिन
E रिंग	१,८१,०००-४,८३,०००	३,०२,०००	

शनीच्या कड्यांच्या भल्या मोठ्या कुटुंबकबिल्यातील F ही सर्वांत बाहेरची कडी १०० कि.मी. रुंद असून या सूर्यमालेतील सगळ्यात उद्योगी (ॲक्टिव्ह) अशी कडी आहे. कारण तिच्या स्वरूपात (features) तासातासाला बदल होतात. या कड्यांना एकत्र ठेवण्याचे काम शनीचे दोन चंद्र, ज्यांना शेफर्ड्स मून (मेंढपाळाचे चंद्र) म्हणतात ते म्हणजे प्रोमेथिअस व पँडोरा हे करतात. जे कड्यांच्या आतल्या व बाहेरच्या बाजूने फिरतात. जणू कड्यारूपी मेंढ्यांवर लक्ष ठेवणारे मेंढपाळ.

एकंदरच शनीच्या प्रत्येक उपग्रहाची तऱ्हा काहीतरी वेगळीच आहे. शनीच्या कड्यांचीही आपली अशी खासियत आहेच, त्यामुळे आकाश निरीक्षकांना भुरळ घालणारा देखणा शनी शास्त्रज्ञांना अजूनच बुचकळ्यात टाकत आहे.

■

गुरुत्वीय भिंग
(विश्वातील एक देखणा चमत्कार)

आपल्या या विश्वात इतक्या नवलपूर्ण गोष्टी आहेत आणि इतक्या नवलपूर्ण घटना घडत असतात की स्वत:ला हुशार समजणाऱ्या मानवाच्या कल्पनेची भरारी ही त्यापुढे थिटी पडते. अशाच एका शोधामुळे खगोलशास्त्रज्ञ बुचकळ्यात पडले होते.

१९७९ साली किट-पिक नॅशनल ऑब्झर्व्हेटरीच्या तीन शास्त्रज्ञांना, डेनिसवॉल्श, बॉब कार्सवेल आणि रे वेमान यांना निरीक्षणे घेताना असे लक्षात आले की त्यांना 'जुळे क्वेझार्स' सापडले आहेत. मुळात 'क्वेझार्स' हा प्रकारच अद्‌भुत आहे. त्याला दीर्घिका समजावे का एखादा प्रकाशमान तारा हेच शास्त्रज्ञांना समजत नव्हते. कारण त्यातून बाहेर पडणारी ऊर्जा सामान्य दीर्घिकांच्या मधून बाहेर पडणाऱ्या ऊर्जेपेक्षा, तेजापेक्षा शेकडो पट जास्त असते. पण त्यांचे आकारमान त्यामानाने कमी असते. ते अतिदूर अंतरावर आहेत. मुख्यत: रेडिओलहरी (ऊर्जेच्या स्रोताचा एक प्रकार) उत्सर्जित करणारे हे स्रोत सामान्य तारे नाहीत हे शास्त्रज्ञांच्या लक्षात आले. अशा रेडिओ स्रोत उत्सर्जित करणाऱ्या ताऱ्यांना 'क्वाझी स्टेलर रेडिओ ऑब्जेक्ट्स QSO'असे नाव दिले गेले. त्याचेच छोटे रूप म्हणजे क्वेझार म्हणून ते सुपरिचित झाले आहेत. या अवकाशस्थ गोलाने शास्त्रज्ञांना चक्रावून टाकले होते. आत्तापर्यंत सापडलेला सगळ्यात तेजस्वी क्वेझार 3C–273 याचे तेज आपल्या सूर्यापेक्षा 'एक हजार अब्ज पट' जास्त आहे. कन्या तारका समूहातील हा क्वेझार आपल्यापासून 'दोन अब्ज प्रकाशवर्षे' दूर आहे. (१ प्रकाशवर्ष म्हणजे ९.४६०×१०^{१२} कि.मी.) सेकंदाला ४५ हजार

कि.मी. या वेगाने तो आपल्यापासून दूर जातो आहे. समजा हा क्वेझार ३३ प्रकाशवर्षे दूर असता, (हेही काही कमी अंतर नाहीये!) तर तो तेवढ्या अंतरावरून आपल्याला सूर्याएवढा चमकताना दिसला असता. आपल्या आकाशगंगेच्या म्हणजे आकाशगंगेतील अब्जावधी ताऱ्यांच्या एकत्रित तेजापेक्षा १०० पट अधिक तेजस्वी असा हा क्वेझार आहे. त्यात किट-पिक नॅशनल ऑब्झर्व्हेटरीच्या शास्त्रज्ञांना जो क्वेझार सापडला तो जुळा! त्या दोन्ही क्वेझारचे सर्व गुणधर्म सारखेच, अगदी मिळते जुळते असे येत होते. त्यामुळे शास्त्रज्ञ बुचकळ्यात पडले. दोन अवकाशस्थ गोलात इतकं साम्य असणं हे फारच आश्चर्यकारक होतं आणि ते असंभव वाटत होतं.

गुरुत्वीय भिंग : एखाद्या अतिदूरच्या प्रकाशस्त्रोतापासून उदा. एखाद्या क्वेझारपासून निघालेला प्रकाश मधे असलेल्या फार मोठ्या अवकाशस्थ गोलामुळे उदा. एखाद्या दीर्घिकेमुळे किंवा दीर्घिकांच्या गटामुळे वक्र होऊन आपल्यापर्यंत पोहोचतो. म्हणजेच स्त्रोतापासून निघालेला प्रकाश मधल्या अडथळ्यामुळे वाकतो. म्हणजे मधल्या दीर्घिकांच्या गटाच्या (galaxy cluster) गुरुत्वीय क्षेत्रामुळे वाकडा होऊन (bend) आपल्यापर्यंत पोहोचतो. त्यामुळे मूळ स्त्रोताच्या वेगवेगळ्या प्रतिमा आपल्याला दिसतात. या प्रक्रियेला 'ग्रॅव्हिटेशनल लेन्सिंग' म्हणतात. सुप्रसिद्ध थोर शास्त्रज्ञ अल्बर्ट आइनस्टाईन यांच्या सर्वसाधारण सापेक्षतावादाच्या सुप्रसिद्ध सिद्धान्तात याबद्दल त्यांनी आधीच भाकित केले होते. वास्तविक ऑरेस्ट चौलसन या शास्त्रज्ञाने १९२४ साली आइनस्टाईन यांच्या आधीच याबद्दल चर्चा केली होती. पण नंतर १९३६ साली आइनस्टाईन यांनी या विषयावर लेख लिहिला तो जास्त प्रसिद्ध झाला आणि याचे श्रेय त्यांना मिळाले.

दीर्घिकांचा गट एखाद्या गुरुत्वीय भिंगासारखे कार्य करू शकतो. हा मुद्दा १९३७ साली फ्रिट्झ झ्विकी या शास्त्रज्ञाने विचारार्थ पुढे मांडला होता. मात्र १९७९ पर्यंत याचा प्रत्यक्ष पुरावा मिळू शकला नव्हता. १९७९ मधे जेव्हा किट-पिकच्या शास्त्रज्ञांना जुळ्या क्वेझारचा शोध लागला तेव्हा या परिणामाची खात्री पटली. शास्त्रज्ञांच्या असं लक्षात आलं की वास्तवात हा जुळा क्वेझार नसून एकाच क्वेझारच्या, दोन

प्रतिमा आहेत. क्वेझार आणि आपले पृथ्वीवरील निरीक्षक यांना मधे असलेल्या कुठल्यातरी खगोलीय वस्तूच्या गुरुत्वीय क्षेत्रामुळे एका क्वेझारच्या दोन प्रतिमा दिसल्या. अशा तऱ्हेने जुळ्या क्वेझारचे रहस्य उकलले.

अवकाश-काळ (space-time) हा एखाद्या ताणलेल्या रबराच्या चादरीसारखा आहे. त्यावेळी एखादा जड लोखंडाचा गोळा टाकला तर त्यावर खोल खळगा तयार होईल आणि लोखंडाचा गोळा त्या खळग्यात बसवल्या सारखा दिसेल. अशा वेळी त्या ताणलेल्या रबराच्या चादरीचे धागे ही ताणले जातात म्हणजे वक्र होतात. याचप्रमाणे अवकाश-काळाच्या ताणलेल्या वस्त्रावर खगोलीय वस्तू म्हणजे तारे, दीर्घिका वगैरे यांच्या वस्तुमानामुळे खळगे तयार होतात. त्या खळग्याच्या बाजूने वळसे घालून प्रकाशाचे किरण वक्र होतात. प्रकाश-किरणांच्या वक्र होण्यामुळे त्याला स्रोतापासून निरीक्षकापर्यंत पोहोचायला लागणाऱ्या वेळेतही वाढ होईल आणि मूळ प्रकाश-स्रोताची प्रतिमा निरीक्षकाला जास्त तेजस्वी आणि विकृत दिसेल.

एखाद्या स्रोतापासून येणारा प्रकाश-किरण गुरुत्वीय भिंगाच्या केंद्राच्या जवळ जास्त वक्र होतो, तर केंद्रापासून दूरच्या ठिकाणी कमी वक्र होतो. त्यामुळे त्याला एक फोकल पॉईंट न राहता फोकल लाईन निर्माण होते. अशा वेळी मूळ स्रोत, मधले गुरुत्वीय चुंबक आणि निरीक्षक एका सरळ रेषेत आले तर निरीक्षकाला मूळ स्रोताची चक्राकार प्रतिमा दिसते. यालाच 'आइनस्टाईन रिंग' म्हणतात. समजा, जर मधले गुरुत्वीय भिंग स्रोत आणि निरीक्षकाच्या बरोबर एका ओळीत नसेल तर रिंगच्या ऐवजी कमानी कमानी दिसतील. काही वेळा निरीक्षकाला मूळ स्रोताच्या अनेक प्रतिमा दिसतील. किती प्रतिमा दिसतील आणि कुठल्या आकाराच्या दिसतील हे मूळ स्रोत, भिंग आणि निरीक्षक यांच्या स्थितीवर अवलंबून असते.

गुरुत्वीय भिंगामुळे तीन प्रकारच्या वेगवेगळ्या प्रतिमा निर्माण होऊ शकतात.

१) तीव्र गुरुत्वीय भिंग (स्ट्राँग ग्रॅव्हिटेशनल लेन्सिंग)– यामधे मूळ स्रोताची प्रतिमा मिळते ती सहज दिसू शकते. उदा. आइनस्टाईन रिंग्ज, एकापेक्षा जास्त प्रतिमा दिसणे किंवा कमानी कमानी दिसणे इ.

२) क्षीण गुरुत्वीय भिंग (वीक ग्रॅव्हिटेशनल लेन्सिंग)– मूळ स्रोताचे क्षीण गुरुत्वीय क्षेत्रामुळे विकृतीकरण फार कमी होते. त्यामुळे ते सहजपणे दिसून येत नाही. क्षीण गुरुत्वीय भिंगामुळे मूळ स्रोताच्या अनेक प्रतिमा किंवा कमानी दिसू शकत नाहीत. तरीही मूळ स्रोताची प्रतिमा विकृत झालेली दिसू शकते (ताणलेली किंवा magnify झालेली)

३) सूक्ष्म गुरुत्वीय भिंग (मायक्रोलेन्सिंग)– यात प्रतिमेच्या आकारात काही बदल दिसून येत नाही. परंतु स्रोतापासून मिळणाऱ्या प्रकाशाच्या तीव्रतेत कमी-जास्त फरक होतो.

तीव्र गुरुत्वीय भिंगामुळे जर अनेक प्रतिमा निर्माण झाल्या असतील तर त्यांच्यामध्ये वेळेचा फरक पडतो. म्हणजे एक प्रतिमा आधी दिसेल तर दुसरी नंतर.

आइनस्टाईनच्या सर्वसाधारण सापेक्षतावादाच्या सिद्धान्ताप्रमाणे एखादे वस्तुमान अवकाशकाळाला वाकवते (warp करते). अवकाशात असणाऱ्या दीर्घिका, तारकासमूह वगैरे त्यांच्या स्वतःच्या वस्तुमानामुळे त्यांच्या आसपासचे अवकाशकाळाचे उभ्या-आडव्या धाग्यांनी विणलेले वस्त्र ताणतात ही कल्पनाच फार अभिनव आहे.

आइनस्टाईन यांना असे वाटले होते की या वाकलेल्या अवकाश-काळामुळे प्रकाश-किरणही वाकतील. आणि त्यामुळे प्रकाशाच्या स्रोताच्या अनेक प्रतिमा दिसू शकतील यालाच गुरुत्वीय भिंग 'ग्रॅव्हिटेशनल लेन्सिंग' म्हणतात. पण प्रत्यक्ष निरीक्षणाने हे सिद्ध व्हायचे होते.

१९१९ साली झालेल्या सूर्यग्रहणाच्या वेळी हा सिद्धान्त सिद्ध करणारे पुरावे ब्रिटिश शास्त्रज्ञ ऑर्थर एडिंग्टन यांनी सूर्यग्रहणाचे निरीक्षण करून मिळवले. कल्पना अशी होती की खग्रास सूर्यग्रहणामुळे सूर्यबिंब झाकले जाते. त्यामुळे त्याचे तेज कमी होते. अशा वेळी सूर्याच्या पाठीमागे असलेले तारे दिसतील, ते कसे, तर त्या ताऱ्यांकडून येणारा प्रकाश सूर्याजवळून जाताना वाकून (bend होऊन) आपल्यापर्यंत पोहोचेल. हा प्रयोग सिद्धीस गेला आणि आइनस्टाईन हे कीर्तीच्या शिखरावर आरूढ झाले. त्यांना दिगंत कीर्ती मिळाली.

गुरुत्वीय भिंगाचा गुरुत्वीय दुर्बीण म्हणूनही उपयोग करून घेता येतो. मूळ स्रोत जर क्षीण असेल तर या गुरुत्वीय भिंगामधून येताना त्याच्या तेजस्वितेमधे वाढ होते, आकारात वाढ होते आणि त्याचे

निरीक्षण करायला सोपे जाते. कॅलटेक येथील संशोधकांनी 'हबल स्पेस टेलिस्कोप'चा उपयोग करून 'अॅबेल २२१८' या गॅलॅक्सी क्लस्टरमुळे निर्माण झालेल्या तीव्र गुरुत्वीय भिंगामधून अति दूरच्या दीर्घिकेचा वेध घेतला; जी दीर्घिका एरवी दिसणं दुरापास्तच होते.

या ग्रॅव्हिटेशनल लेन्सिंगच्या निरीक्षणातून त्याच लेन्सचा म्हणजे त्या खगोलीय वस्तूचा अभ्यास करता येणंही शक्य आहे. कुठल्याही खगोलीय वस्तूचं वस्तुमान सरळ (डायरेक्ट) मोजणं तसं अवघडच असतं. पण या पद्धतीने तेही करता येऊ शकेल.

ग्रॅव्हिटेशनल मायक्रोलेन्सिंगचा उपयोग तुलनेने छोट्या खगोलीय वस्तूची माहिती मिळवण्याकरिता करता येईल. उदाहरणार्थ आपल्याच आकाशगंगेमधील काही गूढ गोष्टी. 'ब्राऊन ड्वार्फ' म्हणजे अयशस्वी तारे किंवा छोटी कृष्णविवरे यांच्यातून प्रकाश निघत नाही, हे चमकत नाहीत त्यामुळे दुर्बिणीमधून हे दिसू शकत नाहीत. पण असा गुरुत्वीय क्षेत्राचा उपयोग करून घेऊन त्यांच्याबद्दल माहिती मिळवता येईल. सूर्यमालेतील ग्रह सोडून बाहेरील ग्रह शोधण्यासाठीही याचा उपयोग होऊ शकतो.

तीव्र आणि क्षीण गुरुत्वीय भिंगाच्या वापरातून दूरच्या दीर्घिकांचा वेध घेताना अवकाशात किती वस्तुमान आहे आणि ते कशा तऱ्हेने पसरलेले आहे हे समजू शकेल. ज्यामुळे विश्वात असलेल्या गूढ 'डार्क मॅटर' संबंधी माहिती मिळू शकेल. सध्याचा शास्त्रज्ञांना छळणारा ज्वलंत प्रश्न म्हणजे 'डार्क मॅटर' आणि 'डार्क एनर्जी' यांच्याबद्दल माहिती मिळवणे हा आहे. असे म्हणतात की विश्वामध्ये ७३% डार्क एनर्जी, २३% डार्क मॅटर आणि उरलेले फक्त ४% आपल्याला ज्ञात असलेले पारंपरिक वस्तुमान आहे. म्हणजे या अवाढव्य विश्वाचा फक्त ४% भाग आपल्याला थोड्या प्रमाणात माहिती आहे. उरलेला ९६% भाग आपल्याला अजून अज्ञातच आहे. एक प्रकारचे डार्क मॅटर ज्याला मॅशो (**Ma**ssive **C**ompact **H**alo **O**bjects) असे म्हणतात, त्याचा शोध या लेन्सिंग पद्धतीने घेणे सध्या चालू आहे. हे मॅशोज दिसू शकत नसले तरी समजा जर ते एखाद्या ताऱ्याच्या समोरून गेले तर त्या ताऱ्याच्या तेजस्वितेमधे फरक पडू शकतो. या परिणामाचे निरीक्षण केले गेले आहे. परंतु डार्क मॅटरविषयी खात्रीशीर निष्कर्षाप्रत अजून शास्त्रज्ञ पोहोचलेले नाहीत.

आतापर्यंत सापडलेली गुरुत्वीय भिंगे बहुतेक करून अपघातानेच सापडली आहेत. उत्तर गोलार्धात न्यू मेक्सिको येथील रेडिओ दुर्बिणीचा (VLA - Very Large Array) वापर करून निरीक्षणे घेतली असता २२ नवीन गुरुत्वीय भिंग प्रणालींचा शोध लागला आहे.

मानव नवनवीन तंत्रज्ञानाच्या साहाय्याने विश्वाचे गूढ उकलण्याचा प्रयत्न करतो आहे. गॅलिलिओने त्याच्या दुर्बिणीतून वेध घेतल्यापासून या पर्वाची सुरुवात झाली. आता रोज नवे शोध लागताहेत. मानवाने या क्षेत्रातही क्रांती करून प्रचंड ज्ञान मिळवलं आहे. तरी तेही फक्त ४% विश्वाचंच आहे. अजून प्रचंड ज्ञान मिळवायचंच आहे. असं वाटतं की हे विश्व आपल्या पोटातील थोडीच रहस्ये मानवासमोर उघडी करते पण बाकी फार मोठा भाग अजून अज्ञातच आहे, रहस्यमय आहे.

■

अवकाशातील यमदूत

मोकळ्या माळरानावरून रात्रीच्या सुमारास आकाशात अतिदूर अंतरावर सौम्यपणे प्रकाशणारे ताऱ्यांचे छोटे छोटे ठिपके दिसतात. त्यांचा सौम्य प्रकाश सुखद वाटत असला तरी तो फसवा आहे. कारण वास्तवात हे सर्वच तारे आपल्या सूर्यासारखे किंवा त्याच्याहीपेक्षा प्रचंड आकाराचे असे धगधगते अग्निगोल आहेत. रात्रीच्या आकाशातील त्यांच्या टिमटिमत्या प्रकाशावरून हे खरेही वाटत नाही. आणि मुळात शांत, सौम्य वाटणारे हे अवकाशही मुळीच शांत किंवा सौम्य नाही तर अति रौद्र, भीषण असे आहे. पृथ्वीसाठी ते अतिशय धोकादायक ठरू शकते. अतिदूरचे अंतरही पृथ्वीला अवकाशातून येणाऱ्या प्रारणांपासून वाचवू शकणार नाही अशी परिस्थिती येऊ शकते.

सुपरनोव्हा, धूमकेतू, उल्कापात किंवा अतिदूरवरून येणारे गॅमा किरण पृथ्वीवर थैमान घालू शकतात. या धोकादायक गोष्टींचा आपण खोलात जाऊन विचार केला, त्यांचा अभ्यास केला तर आपल्याला कदाचित भविष्यात पृथ्वीवर होऊ शकणाऱ्या सर्वनाशाची कल्पना करता येईल. शिवाय भूतकाळात घडून गेलेल्या विनाशाची कारणेही जाणून घेता येतील आणि त्यांचा उपयोग भविष्यातील विनाश टाळण्यासाठी करता येईल.

उल्कापात व धूमकेतू

मंगळ आणि गुरू यांच्या मधे असलेल्या लघुग्रहांच्या पट्ट्यातून (asteroid belt) निघालेले लघुग्रह पृथ्वीवर आदळण्याची दाट शक्यता

असते. १९८० साली शास्त्रज्ञांनी आकाशातून पडलेल्या उल्केमुळे ६५ दशलक्ष वर्षांपूर्वी डायनोसॉर्स नष्ट झाले हा सिद्धान्त मांडला, तेव्हापासून ही गोष्ट सर्वश्रृत आहे. उल्कापातामुळे पृथ्वीचे प्रचंड नुकसान होऊ शकते हे मानवाच्या लक्षात आले. त्यात १९९५ साली शूमेकर-लेव्ही हा धूमकेतू तुकड्यातुकड्यांनी गुरू ग्रहावर आदळला व गुरूच्या पृष्ठभागावर या स्फोटांमुळे पडलेले काळे जळके डाग शास्त्रज्ञांनी पृथ्वीवरून बघितले.

एखादी ६ मैल आकाराची उल्का पृथ्वीवर आदळली तर जो स्फोट होईल त्याची तीव्रता TNT (Tri Nitro Toluene) च्या १०० दशलक्ष मेगाटनमुळे होणाऱ्या स्फोटाएवढी असेल किंवा जगभरातील सर्व अण्वस्त्रांच्या १०,००० पट जास्त तीव्र अशा स्फोटासारखी असेल. हीच उल्का जर समुद्रात पडली, तर १०० फूट उंचीच्या त्सुनामी लाटा उठण्याचा धोका संभवतो. अशा प्रकारच्या उल्कापातानंतर उडालेल्या धुळीने कित्येक वर्षं वातावरण भरून जाऊन त्यामुळे सूर्य झाकला जाऊ शकतो. जेथे उल्का पडली त्याच्या आसपासचा शेकडो मैलाचा परिसर घराएवढ्या मोठमोठ्या खडकांनी, दगडगोट्यांनी आच्छादला जाऊ शकतो.

सुदैवाने आधुनिक तंत्रज्ञानाच्या साहाय्याने आजकाल या अशा पृथ्वीची कक्षा ओलांडणाऱ्या उल्कांचा माग घेता येऊ शकतो. म्हणजे भविष्यात होऊ शकणाऱ्या अशा कुठल्याही उल्कापाताचा अंदाज आधीच घेता येऊ शकतो.

उल्कापाताच्या बाबतीत जरी आधी अंदाज बांधता येत असले तरी धूमकेतूच्या बाबतीत मात्र तसे सांगता येत नाही. बहुतेक धूमकेतूचा उगम ऊर्ट्स क्लाऊडमधून होतो. सूर्यापासून १/२ प्रकाशवर्ष अंतरावर असणाऱ्या या ऊर्ट्स क्लाऊडमध्ये अशा असंख्य धूमकेतूंचा साठा आहे.

या ऊर्ट्स क्लाऊडजवळून म्हणजेच आपल्या सूर्याजवळून एखादा तारा गेला तर त्यामुळे ऊर्टस क्लाऊडमधे खळबळ माजते. त्यामुळे त्यातून असंख्य धूमकेतू पृथ्वीच्या दिशेने प्रवास करू लागतील व पृथ्वीवर हाहाकार होऊ शकतो. असा एखादा तारा गेल्या काही वर्षांत सूर्याजवळून गेलाय की कसं याविषयी शास्त्रज्ञांनी संशोधन करून असे शोधले की गेल्या कित्येक लाख वर्षांमधे असा कुठलाही तारा सूर्याजवळून गेलेला नाही. त्यामुळे नजिकच्या भविष्यात तरी पृथ्वीवासियांना धूमकेतूपासून धोका संभवत नाही.

सूर्य– सूर्याची उपासना जगातील अनेक संस्कृतींमधे होते. त्याच्यामुळेच पृथ्वीवरील जीवन व्यवस्थित चालू आहे. असा हा सूर्य नावाचा तारा सातत्याने सारख्याच तीव्रतेने प्रकाशत नाही. त्याच्या प्रकाशाच्या तीव्रतेमधे ठरावीक वर्षांच्या अंतराने फरक पडतो. १९७८ साली सोडलेला 'निम्बस-७' हा उपग्रह सूर्याच्या प्रकाशाच्या तीव्रतेचा वेध घेण्यासाठी सूर्याभोवती घिरट्या घालतोय. त्याच्या निरीक्षणातून असे लक्षात आले की दर ११ वर्षांनी सूर्याच्या प्रकाशात (ल्यूमीनॉसिटी)मधे ०.१ टक्का फरक पडतो. ज्यामुळे सूर्याच्या अति-नील (अल्ट्रा व्हायोलेट) प्रकाश-किरणांत ५०%नी फरक पडतो. गेल्या १०,००० वर्षांतल्या सूर्याच्या चुंबकीय चक्रांचा (सायकल्स) वेध घेऊन शास्त्रज्ञांना सूर्याच्या आणखी ३ चक्रांचा शोध लागला. सूर्याची ११ वर्षांचं चक्र सोडून अजून तीन– ८८, २१२ व २१३० वर्षांची चक्रे आहेत. यांच्यामुळे होणारे परिणाम कधी एकमेकांत मिसळून बाद होतात तर कधी वाढतात. यामुळे सूर्याच्या प्रकाशाच्या तीव्रतेत कमी-जास्त फरक पडतो. पर्यायाने पृथ्वीच्या वातावरणावर त्याचा विपरीत परिणाम होतो. उदाहरण द्यायचं झाल्यास १३व्या शतकात पृथ्वीवर आलेल्या उष्णतेच्या लाटेमुळे फार मोठ्या प्रमाणावर दुष्काळ सदृश स्थिती निर्माण झाली होती. त्यामुळे डोंगराळ भागात राहणाऱ्या अमेरिकन-इंडियन लोकांच्या कितीतरी जाती नष्ट झाल्या. तो काळ म्हणजे इ.स. १२००चा काळ सूर्याच्या उच्च अशा चुंबकीय हालचालींचा होता. याउलट स्थिती इ.स. १६४५ ते १७१५ दरम्यान होती. तेव्हा सूर्याच्या पृष्ठभागावरचे सौर डाग कमी प्रमाणात होते, त्यामुळे चुंबकीय दृष्ट्या शांतता होती आणि म्हणून पृथ्वीवर एक छोटे हिमयुग अवतरले होते.

छोटे हिमयुग – १६४५ ते १७१५ दरम्यान भारतात जाणवलेले बदल.

- सौर डागांची सायकल ११ वर्षांची असते. काही सौर डागांची सायकल २२ वर्षांची असते. यामुळे वातावरणात बदल होतो. इ.स. १६४५ ते १७१५ दरम्यान रेडिएशन आत्तापेक्षा १.४% ने कमी झाले होते. त्यामुळे १ ते २ ने तापमान कमी झाले.
- पृथ्वी आणि सूर्याच्या एकमेकांतील आकर्षणामुळे समुद्राला भरती

येते. १८०० वर्षांच्या सायकल दरम्यान असाधारण मोठ्या भरतीच्या लाटा येऊ शकतात. यामुळे एखादेवेळी छोटे हिमयुग येऊ शकते, ज्यामुळे ध्रुवीय बर्फाची रेषा खाली सरकते.

- १४ व्या शतकात भारताने अनेक दुष्काळांना तोंड दिले.
- छोट्या हिमयुगामुळे सिंध प्रांतात निरनिराळ्या पिकांवर वेगवेगळे परिणाम झाले. भाताचे पीक वाढेल पण पिकणार नाही अशी स्थिती होती.
- खजुराच्या पिकाला एकतर चव तरी येत नाही किंवा ते पिकतच नाही.
- आंब्याचे पीक हाती यायला ४ ते ६ आठवड्यांचा उशीर होऊ शकतो आणि वर्षातून दोन वेळा पीक येऊ शकते.
- इ.स. १६५० नंतर उन्हाळे जास्त उष्ण झाले होते.
- गव्हाचे पीक जास्त येत होते. हिवाळी पिके आणि भाज्या जास्त चांगल्या व जास्त प्रमाणात येत होत्या. हिवाळा मोठा असल्यामुळे लिंबू वर्गातील फळे चांगल्या प्रतीची येत होती.

वातावरणातील बदल : जगभरात आणि सिंध प्रांतात वातावरणात खालीलप्रमाणे बदल झाले.

- ५००० ते ३००० इ.स. पूर्व – उबदार हवा
- २९०० ते ३०० इ.स. पूर्व – थंड हवा
- ३०९० ते १४३० इ.स. – उबदार हवा
- १४३० ते १८५० इ.स. – थंड हवा
- १८५० ते १९४० इ.स. – उबदार हवा

आपली सूर्यमाला सध्या आकाशगंगेच्या अगदी रिकाम्या, मोकळ्या अशा भागातून प्रवास करतेय. पण साधारण ५०,००० वर्षांनंतर ती आकाशगंगेच्या 'ॲक्विला रिफ्ट' या भागातून जाणार आहे. इथे दोन ताऱ्यांच्यामधील भागात (इंटर स्टेलर स्पेस) परमाणूंचे ढग (मॉलेक्युलर क्लाऊड्स) असणार आहेत. अशा परमाणूंनी खच्चून भरलेल्या घनदाट भागातून सूर्य व सूर्यमाला प्रवास करेल. जसं एखादी गाडी गावाबाहेरच्या मोकळ्या मोठ्या हायवेवरून भरधाव जाते तेव्हा वाटेत कोणी येण्याचा संभव नसतो आणि त्यामुळे गाड्या एकमेकींवर आपटून अपघात

होण्याची शक्यता नसते. पण तीच गाडी जर भर गर्दीच्या शहरातल्या रस्त्यावरून त्याच वेगाने जायला लागली तर कसं होईल? तसं! फक्त सूर्याच्या बाबतीत त्याची इतर ताऱ्यांशी सरळ टक्कर जरी संभवत नसली तरी आसपासच्या विद्युत चुंबकीय भारामुळे नाना उत्पात होऊ शकतील.

याच्या आधी ज्या ज्या वेळी सूर्यमाला आकाशगंगेच्या घनदाट भागातून गेली त्या त्या वेळी काय घडले याबद्दल कॅलटेक विद्यापीठाचे शास्त्रज्ञ एरिक लाईश्ट आणि गौतम वशिष्ठ यांनी संशोधन केले. त्यांच्या असे लक्षात आले की प्रत्येक वेळी काही तरी विशेषच घडले आहे, ते म्हणजे आकाशगंगेच्या सॅजिटॅरिअस, कारिना आणि स्कूटम-क्रक्स या तीन चक्राकार बाहूंमधून जेव्हा आपल्या सूर्याने मार्गक्रमण केले तेव्हा त्या तिन्ही वेळी पृथ्वीवर मोठ्या प्रमाणावर जीवनसंहार (Mass extinctions) झाला. याचा अर्थ पृथ्वीवरील जीवनसंहाराचे आणि सूर्याच्या आकाशगंगेमधील दाट भागातून मार्गक्रमण करण्याचे नक्की काहीतरी नाते आहे. शिवाय त्यामुळे ऊर्टस क्लाऊडशी संपर्क होऊन त्यातून असंख्य धूमकेतू पृथ्वीच्या दिशेने फेकले जाऊ शकतात.

त्याहून जास्त भीती सुपरनोव्हा एक्स्प्लोजनची आहे. सूर्य अशा भागातून जाताना जवळच एखाद्या सुपरनोव्हाचा विस्फोट झाला तर त्याचे परिणाम पृथ्वीवर होऊन पृथ्वीवरचा ओझोनचा थर काही दशकांसाठी किंवा काही शतकांसाठी पूर्ण नष्ट होऊ शकतो. आणि त्यामुळे पृथ्वीवरील जिवांची ससेहोलपट होऊ शकते. याचे उदाहरण द्यायचं झाल्यास 'व्हेला सुपरनोव्हा'चे देता येईल. साधारण ८,४०० ते ११,३०० वर्षांपूर्वी पृथ्वीपासून १६०० प्रकाशवर्षे अंतरावरील 'व्हेला सुपरनोव्हा विस्फोटा'मुळे महासागरातील 'प्लँक्टन'च्या अनेक जाती नष्ट झाल्या होत्या. या 'प्लँक्टन'वर अति नील (अल्ट्रा व्हायोलेट) किरणांचा मारा झाल्यास ते नष्ट होऊ शकतात आणि हे अति नील किरण अवकाशातूनच येऊ शकतात. त्यावरून सुपरनोव्हा विस्फोटामधून झालेल्या किरणोत्सर्गाच्या माऱ्यामुळेच इतक्या दूरवर असलेल्या पृथ्वीवरच्या महासागराच्या पोटातील प्लँक्टन वर परिणाम झाला असणार.

गॅमाकिरण उद्रेक : हा अजून एक धोकादायक प्रकार आहे. खरे तर 'गॅमाकिरण बर्स्ट' ही घटना आपल्या आकाशगंगेतली अगदी अपूर्व म्हणजे अभावानाचे घडणारी घटना म्हणावी लागेल. पण सबंध विश्वामधे

दिवसाला एक या प्रमाणात ही घटना घडू शकते. हे गॅमाकिरण उद्रेक अवकाशात दोन न्युट्रॉन तारे एकमेकांत मिसळले जाण्यामुळे किंवा एखाद्या कृष्णविवराने न्युट्रॉन ताऱ्याला गिळंकृत केले असल्यास होतात.

प्रिन्स्टन विद्यापीठाचे शास्त्रज्ञ स्टीव्ह थॉरसेट यांनी दोन न्युट्रॉन तारे एकमेकात मिसळताना पृथ्वीवर त्याचे काय परिणाम होऊ शकतील यासंबंधी संशोधन केले. त्यांच्या असे लक्षात आले की ते दोन तारे पृथ्वीपासून ३५०० प्रकाशवर्षे एवढ्या प्रचंड अंतरावर असले तरी त्यांच्यातून निघणाऱ्या गॅमा व एक्सरेजचा परिणाम पृथ्वीवर होऊन पृथ्वीवरचा संरक्षक असा ओझोन वायूचा थर पूर्णतः नष्ट होऊ शकतो. पृथ्वीवर ३,००,००० मेगाटन TNTचा स्फोट झाल्यास जसा परिणाम होईल तसा व तेवढा तीव्र परिणाम ३५०० प्रकाशवर्षे दूर असणाऱ्या न्यूट्रॉन ताऱ्यांच्या एकमेकांत मिसळण्यामुळे होईल. इस्त्रायल इन्स्टिट्यूट ऑफ टेक्नॉलॉजीच्या काही शास्त्रज्ञांच्या मते अशा स्फोटामधून निर्माण झालेले वैश्विक किरण पृथ्वीवर एक लाख वर्षं बरसत राहतील आणि त्यामुळे पृथ्वीचे वातावरण व पृष्ठभाग तरंगभारीत होऊ शकेल. या परिस्थितीत त्यांच्या अंदाजाने अर्धी मानवजात ३० दिवसांत नष्ट होऊ शकते.

२५० दशलक्ष वर्षांपूर्वी म्हणजे पर्मिअन-ट्रायॅसिक काळात झालेल्या जीवनसंहाराचे कारण कदाचित असे गॅमाकिरण उद्रेक किंवा सुपरनोव्हा एक्स्प्लोजन वगैरे दूरस्थ घटनांच्या पोटात दडले असेल. ६५ दशलक्ष वर्षांपूर्वी झालेल्या डायनोसॉर्सच्या नाशाचे कारण जसे एक उल्कापात होता हे माहिती आहे किंवा सध्या तरी ग्राह्य धरले जातेय तसे या जीवनसंहाराबाबत काही पुरावे मिळत नाहीत.

इतक्या प्रचंड अंतरावर घडणाऱ्या घटनांचा पृथ्वीवर आणि पर्यायाने मानवजातीवर परिणाम घडू शकतो हे सिद्ध होते. १६०० प्रकाशवर्षे अंतरावर घडलेल्या सुपरनोव्हा एक्स्प्लोजनमुळे पृथ्वीवरील महासागरातील प्लँक्टन नष्ट होतात. सूर्याच्या पृष्ठभागावर घडणाऱ्या सूक्ष्मशा बदलामुळे पृथ्वीवर उष्णतेची किंवा थंडीची लाट येऊ शकते किंवा दुष्काळ सदृश परिस्थिती निर्माण होऊ शकते; पृथ्वीवर विविध काळात झालेल्या जीवनसंहाराने व सूर्याच्या आकाशगंगेतील घनदाट भागातून होणाऱ्या मार्गक्रमणाचे काहीतरी नाते आहे हे निश्चित; ज्या ज्या वेळी सूर्य अशा

भागातून प्रवास करतो त्या त्या वेळी नेमकी पृथ्वीवर जीवनसंहाराची कशी घटना घडते? या सर्वच निरीक्षणातून असे वाटते की लाखो कि.मी. दूरवर घडणाऱ्या घटनांचा जर पृथ्वीवर परिणाम होतो तर या तुलनेने आपल्या अगदी अंगणात असलेले ग्रह, आपल्या सूर्यमालेचे इतर सदस्य आपल्या पृथ्वीवर व पर्यायाने मानवावर परिणाम करीत नसतील? चंद्रामुळे पृथ्वीवरील महासागराला भरती येते, ओहोटी लागते ही गोष्ट तर सर्वज्ञातच आहे. एखाद्या अवकाशस्थ वस्तूमुळे म्हणजेच त्याच्या गुरुत्वाकर्षण शक्तीमुळे दुसऱ्या अवकाशस्थ वस्तूवर परिणाम होतो. मग इतर ग्रहांचा आपल्यावर परिणाम होऊ शकत नाही असे आपण कसे म्हणू शकतो?

आपली पृथ्वी, पृथ्वीवरील मानवजात, इतर प्राणी व वनस्पती हे सर्व या विश्वाचाच एक भाग आहेत. ज्या द्रव्याने ग्रह तारे बनले त्याच द्रव्यामुळे आपण बनलो आहोत. तसेच माणसाला जिवंत ठेवणारे चैतन्य तत्व हेच कदाचित अणूमधल्या इलेक्ट्रॉन्सना अणूकेंद्राभोवती फिरण्याची शक्ती देत असेल आणि ताऱ्यांचे व तारकापुंजांचे भ्रमणही याच शक्तीमुळे होत असेल! मग प्राचीन काळी आपल्या ऋषीमुनींनी सांगितलेले तत्व 'जे पिंडी ते ब्रह्मांडी' या ज्ञानाचाच परिपाक तर नसेल?

या सगळ्या विचारमंथनातून मनात येतं की आपल्या ऋषीमुनींनी म्हणजेच प्राचीन शास्त्रज्ञांनी या विश्वासंबंधी अनेक गोष्टी जाणून घेतल्या होत्या. त्या सर्व गोष्टींचे ज्ञान निव्वळ पाठांतराने लक्षात ठेऊन व नंतर लेखनकला अवगत झाल्यावर लेखी स्वरूपात आपल्यापर्यंत पोहोचवायचा प्रयत्न केला. पण या प्रवासात वाटेत आलेल्या अनेक अडचणींमुळे बऱ्याच गोष्टी मधल्या मधे गळून गेल्या, विस्मृतीत गेल्या. परकीय आक्रमणांमुळे ग्रंथालये नष्ट झाली, जळून खाक झाली. त्यामुळे आपल्यापर्यंत आले ते ज्ञान अति तुटपुंजे म्हणावे लागेल. शिवाय त्यानंतर आलेल्या पाश्चात्यांच्या प्रभावामुळे आणि त्यांच्या विज्ञानातील प्रगतीमुळे आपल्याला आपले सर्वच प्राचीन ज्ञान चुकीचे वाटू लागले. पण ते तसे नाहीये आणि त्यामुळेच त्यावर व्यापक प्रमाणावर संशोधन व्हायला हवे एवढीच प्रामाणिक इच्छा आहे.

■

जेव्हा पायाखालची जमीन सरकते

लेखाचे शीर्षक वाचून चक्रावून गेला असाल नाही? जेव्हा एखादी आपत्ती आपल्यावर कोसळते किंवा कुठल्यातरी वाईट संकटाला तोंड द्यायची वेळ येते तेव्हा आपण म्हणतो, "माझ्या तर पायाखालची जमीनच सरकल्यासारखी वाटतीय मला!" या विधानातही अप्रत्यक्षपणे हे गृहितच धरलं की आपल्या पायाखालची जमीन अगदी स्थिर, मजबूत, अढळ अशी आहे.

पण मंडळी, आपली ही अढळ जमीन खरंतर स्थिर नसून सतत सरकत असते. ज्याला शास्त्रीय भाषेत Continental Drift किंवा Plate Tectonics असे म्हणतात. मात्र जमीन सरकण्याचा वेग सूक्ष्म असल्यामुळे आपल्याला ती सरकतेय हे समजत नाही. जशी अख्खी पृथ्वी स्वत:भोवती फिरत सूर्याभोवती प्रदक्षिणा घालते ते प्रत्यक्ष समजत नाही तशी.

पण मुळात ही जमीन म्हणजे पृथ्वीच्या पृष्ठभागावर असलेले हे सर्व खंड आपली जागा बदलतात हे शास्त्रज्ञांना समजलेच कसे? हे समजून घेण्यासाठी शास्त्राच्या विविध शाखांचा आधार घ्यावा लागतो. उदाहरणार्थ वनस्पतीशास्त्र, भूगर्भशास्त्र, प्राचीन जीवाश्मांचा अभ्यास करणारं शास्त्र (पुराजीवशास्त्र) इ. कारण सर्व दक्षिण गोलार्धातील खंड म्हणजे द. अमेरिका, द. आफ्रिका, भारत, ऑस्ट्रेलिया व अंटार्क्टिकामध्ये काही वनस्पती, काही जीवाश्म आणि काही खडक हे एकसारखेच आहेत. दक्षिण अमेरिका, दक्षिण आफ्रिका व भारत, ऑस्ट्रेलिया यांच्यातही प्रचंड अंतर आहे आणि मध्ये भले मोठे महासागरही आहेत, तरीही या सर्व खंडांवर एकसारखी वनस्पती, एकसारखे खडक, एकाच प्रकारचे

जीवाश्म कसे काय सापडतात? याचा अर्थ कधीतरी हे सर्वच भूखंड एकमेकांना चिकटून होते असा तर होत नाही ना? हेच सूत्र मनात धरून शास्त्रज्ञांनी संशोधनाला सुरुवात केली.

१९१५ साली जर्मन शास्त्रज्ञ अल्फ्रेड वेगनर याने पहिल्यांदा 'कॉन्टिनेन्टल ड्रिफ्ट'ची संकल्पना मांडली. त्यांचं म्हणणं असं आहे की पृथ्वीचा कठीण पृष्ठभाग हळूहळू खालच्या मृदु द्रवरूप अशा मँटलवरून सरकतो आहे. २०० दशलक्ष वर्षांपूर्वी पृथ्वीवरील सर्व खंड एकत्रित होते, म्हणजे सर्व खंड मिळून एकच भलामोठा खंड (supercontinent) होता. त्याला त्याने 'पॅन्जिआ' Pangea (Pan-geo = all earth) असे नाव दिले, पण वेगनर यांच्याकडे हा सिद्धान्त सिद्ध करण्यासाठी ठोस पुरावा नव्हता.

साधारण २०० दशलक्ष वर्षे ते १३५ दशलक्ष वर्षे या कालावधीत म्हणजे ज्युरॅसिक काळात या पॅन्जिआचे दोन तुकडे व्हायला सुरुवात झाली. 'लॉरेशिया' आणि 'गोंडवना लँड'. त्यानंतर ६५ दशलक्ष वर्षांपूर्वी पृथ्वीवरील खंडांची रचना आता आहे तशी व्हायला सुरुवात झाली.

वेगनर यांच्या सिद्धान्ताला आधार देणारे पुरावे एडवर्ड सूएस (Edwar Suess) या ऑस्ट्रियन आणि अलेक्झांडर डू टॉईट या दक्षिण आफ्रिकन शास्त्रज्ञांनी पुरविले.

एडवर्ड सूएस या जिऑलॉजिस्ट (भूगर्भशास्त्रज्ञ)च्या पहिल्यांदा लक्षात आले, की द. अमेरिका, आफ्रिका, भारत, ऑस्ट्रेलिया व अंटार्क्टिका यांना जोडणारा एक जमिनीचा पूल (Land bridge) असावा. या सर्व भूभागाला त्याने 'गोंडवना लँड' असे नाव दिले. 'ग्लॉसॉप्टेरिस' नावाची वनस्पती जी भारतातल्या गोंडबनात मुबलक प्रमाणात सापडते त्यावरून 'गोंडवनालँड' हे नाव त्याने या सर्व भूभागाला दिले. हीच वनस्पती पूर्ण भारतभर व द. अमेरिका, द. आफ्रिका, ऑस्ट्रेलिया आणि अंटार्क्टिका या सर्व खंडांमध्येसुद्धा उगवत होती. साधारण १२ फूट उंच वाढणारे व जीभेच्या आकाराची पाने असलेले हे झाड आहे. सगळीकडे एकाच तऱ्हेची वनस्पती सापडत होती, त्यावरून प्राचीन काळी हे भूभाग जोडलेले असावेत असे अनुमान सुएस यांनी काढले.

दुसरे शास्त्रज्ञ अलेक्झांडर डू टॉईट यांनी जीवाश्म प्राचीन खडक व प्राचीन वनस्पती 'ग्लॉसॉप्टेरिस' यांचा एकत्रित अभ्यास केला. डायनोसॉर्सपेक्षा प्राचीन असे मेसोसॉर्स (समुद्रातले सरपटणारे प्राणी – Reptiles) यांचे जीवाश्म द. अमेरिका व द. आफ्रिका या दोन्ही खंडांत सापडले. शिवाय ग्लॉसॉप्टेरिस या वनस्पतीचे अवशेष व प्राचीन खडकांच्या नमुन्यांवरून 'गोंडवना लँड'च्या प्राचीन अस्तित्वाला आधार मिळाला.

सध्याही असे काही प्राणी अस्तित्वात आहेत जे दोन्ही खंडांमध्ये सापडतात. उदाहरणार्थ एक प्रकारचे गांडूळ (Earthworm).

द. अमेरिका व द. आफ्रिका यांचा अनुक्रमे पूर्व किनारा व पश्चिम किनारा यांची रचना एकमेकांना पूरक आहे. म्हणजे एखाद्या जिग-सॉ पझलसारखे दोन्ही किनारे एकमेकांत बरोबर बसतात.

१९५०पर्यंत 'कॉन्टिनेंटल ड्रिफ्ट'ची थिअरी शास्त्रीय जगतात स्वीकारली गेली नव्हती. साधारण १९६० ते ७० दरम्यान नव्याने मिळालेल्या अनेक पुराव्यांवरून ही थिअरी सर्वदूर स्वीकारली गेली. मात्र या

थिअरीच्या जनकाच्या, अल्फ्रेड वेगनरच्या नशिबात ही थिअरी स्वीकारली गेली हे बघण्याचे सुख नव्हते.

प्लेट टेक्टॉनिक्स

पृथ्वीचा सगळ्यात वरचा पृष्ठभाग हा मोठमोठ्या आकाराच्या व जवळजवळ ८० ते ४०० मैल (५० ते २५० कि.मी.) जाडीच्या प्लेट्सने बनलेला आहे. हा सगळ्यात वरचा पृष्ठभाग म्हणजे 'लिथोस्फिअर' ७ प्लेट्सने बनलेला आहे. (आपल्या पुराणात सप्तपाताळांचा उल्लेख येतो, ते हेच तर नसतील?) या प्लेट्स खालच्या मँटलवरून इकडे तिकडे सरकतात त्यांची हालचाल आडव्या व उभ्या दोन्ही दिशांनी होते. एका शास्त्रीय लेखात असे म्हटले आहे की, या प्लेट्स वाटेल त्या दिशेने आणि वाटेल त्या वेगाने इकडे तिकडे धावतात. याचा अर्थ त्या कधी कधी एकमेकींवर आपटतात तर कधी एकमेकींपासून दूर जातात. तर कधी नुसत्या एकमेकींच्या जवळून घसटून जातात. अर्थातच त्यांचा वेग कुठल्याही चारचाकी गाडीसारखा नाही किंबहुना त्यांचा वेग प्रत्यक्षात जाणवणारही नाही. एवढा कमी म्हणजे साधारण २ से.मी. ते १० से.मी./साल (वर्षाला २ ते १० सें.मी.) एवढा आहे. आपल्या हातापायाच्या बोटांची नखं तेवढ्याच वेगात वाढतात.

या प्लेट्सच्या हालचालींमुळे त्या एकमेकींवर आपटून कधी कधी उंचच उंच पर्वत निर्माण होतात. उदा. आपला हिमालय पर्वत, उत्तर अमेरिकेतील रॉकीज, युरोपमधील आल्प्स, टर्कीमधील पाँटिक इ. पर्वतरांगा तर कधी समुद्रतळातील खंदक निर्माण होतात. पृथ्वीवरील बहुतेक भूकंप व ज्वालामुखी या प्लेट्सच्या हालचालींमुळे होतात. या हालचालींमुळेच पृथ्वीचा नकाशा सतत बदलतोय. या प्लेट्सचा आकारही सतत बदलतो, त्यामुळे व तापमानातील फरकामुळे समुद्राच्या पाण्याची पातळीही कमी जास्त होते, त्यामुळे पृथ्वीचा काही पृष्ठभाग उघडा पडतो तर काही भाग पाण्याखाली जातो.

पॅन्जिआचे दोन तुकडे 'लॉरेशिआ' व 'गोंडवना लँड' हे तयार होताना त्यांच्यामधील फटीत समुद्र तयार झाला. समुद्रातील प्रवाह वाहायला सुरुवात झाली. समुद्रातील पाणी तेव्हा उबदार व सागरी जीवांनी समृद्ध होते. आज जे खनिज तेल (पेट्रोल) आपण वापरतोय

ते त्या काळात तयार होऊ लागले होते. याचवेळी हवामानात व वनस्पती जगतातही भरपूर उलथापालथ चालू होती.

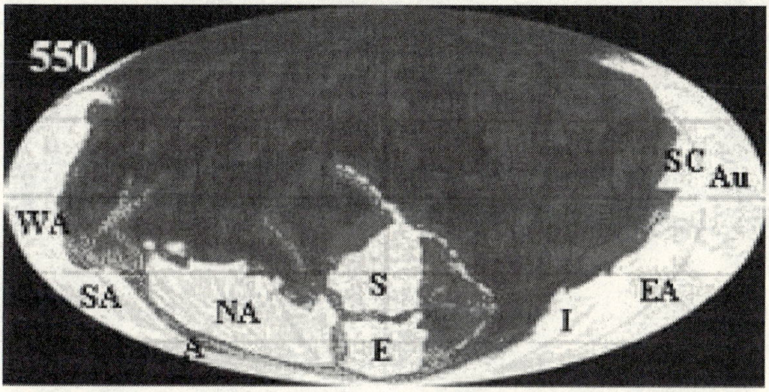

५५० दशलक्ष वर्षांपूर्वी पृथ्वीवरील खंडांची स्थिती

WA = वेस्ट अंटार्क्टिका, SA = द. अमेरिका

A = आफ्रिका, NA = उत्तर अमेरिका (लॉरेन्शिआ)

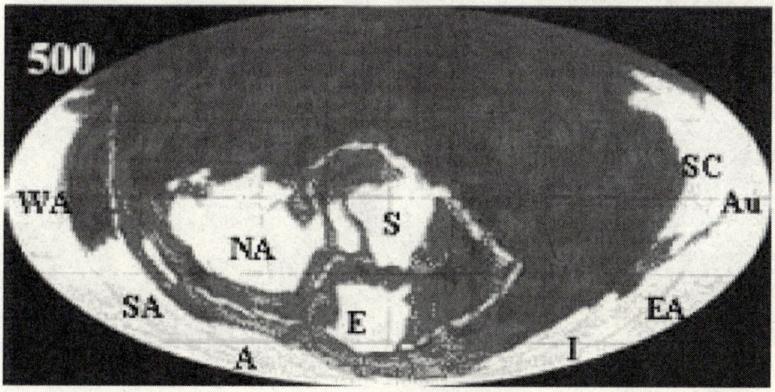

५०० दशलक्ष वर्षांपूर्वी

S = सायबेरिया, E = युरोप (बाल्टिक)

I = इंडिया, EA = ईस्ट अंटार्क्टिका

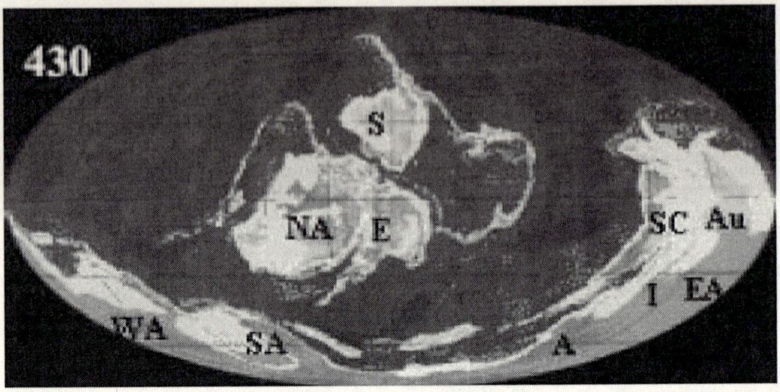

४३० दशलक्ष वर्षांपूर्वी

१ इॲपेटस सागर

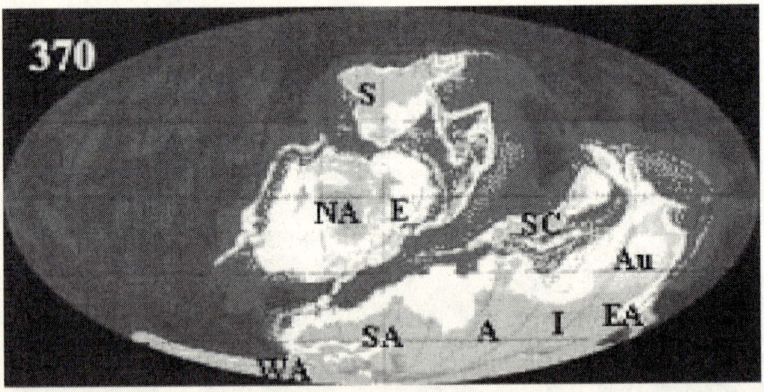

३७० दशलक्ष वर्षांपूर्वी

लॉरेशिया = NA + E + S

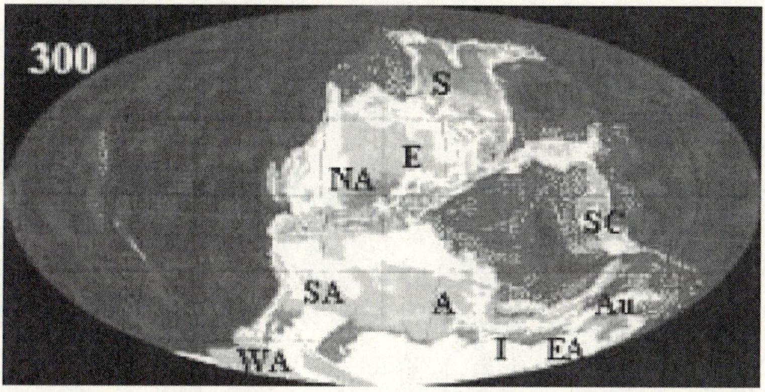

३०० दशलक्ष वर्षांपूर्वी

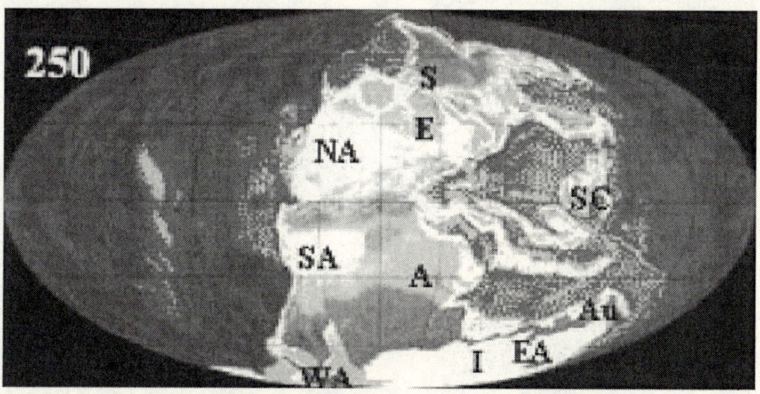

२५० दशलक्ष वर्षांपूर्वी 'पॅन्जिआ'ची निर्मिती

हे असं का होतंय?

प्लेट्सच्या हालचाली वगैरे हे सगळं कशामुळे झालं हे फार मोठं कोडं शास्त्रज्ञांना पडलं होतं. याचं रहस्य जमिनीवरील खडकांच्या एका खास गुणधर्मात आहे, ते म्हणजे खडकांचे चुंबकीय क्षेत्र, बहुतेक खडकांच्या पोटात लोहकण सापडतात. पृथ्वीवर सगळीकडे सापडणारे ते खनिज आहे. पृथ्वीच्या चुंबकीय क्षेत्रामुळे खडकातील लोहकणांना चुंबकीयत्व प्राप्त होते. खडक द्रवरूपात असताना हे शक्य होत नाही. पण जेव्हा ते घन (solidify) व्हायला लागतात तेव्हा पृथ्वीचे चुंबकीय क्षेत्र जणू खडकात बंदिस्त होते किंवा गोठते. आता पृथ्वीच्या इतिहासात पृथ्वीचे चुंबकीय ध्रुव (magnetic pole) अनेक वेळा उलटे झालेले आहेत. म्हणजे दक्षिण ध्रुवाचा उत्तर ध्रुव व उत्तर ध्रुवाचा दक्षिण ध्रुव (इथे चुंबकीय ध्रुव अपेक्षित आहे. भौगोलिक नव्हे) नुसते उलट झाले आहेत असं नव्हे तर थोडे इकडे तिकडे फिरूनही आलेले आहेत. जमिनीत खोलवर ड्रिलिंग करून शास्त्रज्ञ मिळालेल्या नमुन्यावरून चुंबकीय क्षेत्राचे ओरिएंटेशन ठरवितात, त्यातच या प्लेट्सच्या हालचालींचे

२०० दशलक्ष वर्षांपूर्वी– पॅन्जिआची फाटाफूट होताना
द. अमेरिका व द. आफ्रिका एकमेकांना चिकटलेल्या अवस्थेत

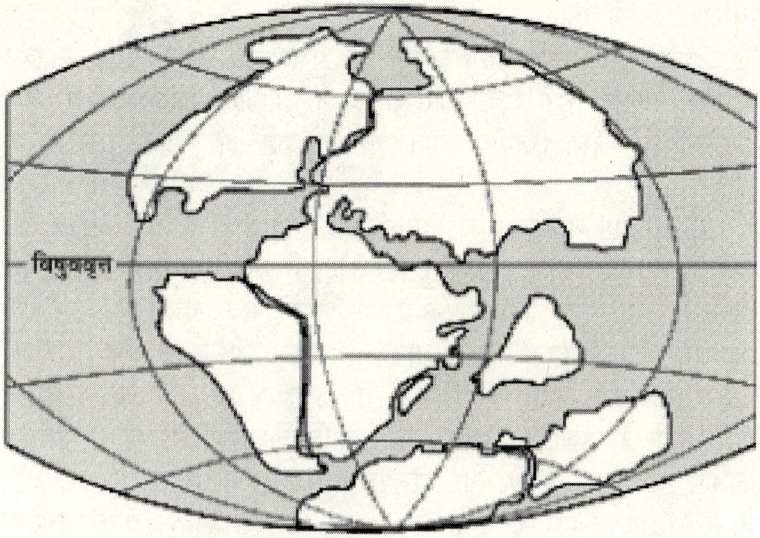

भारतीय उपखंड दक्षिणेतून उत्तरेकडे सरकताना

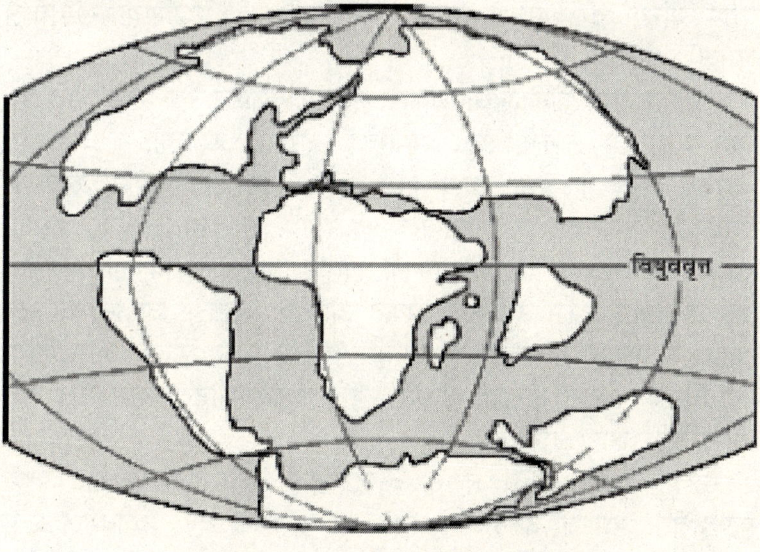

द. अमेरिका द. आफ्रिकेपासून वेगळी होताना

रहस्य दडलेले आहे.

अगदी अलीकडे हाती आलेल्या पुराव्यांवरून पृथ्वीवरील खंड कायमच सरकत कधी जवळ येत तर कधी दूर जात राहिले आहेत. जणु कुठल्या तरी अनाकलनीय अशा लयीत बद्ध होऊन ते नृत्य करीत आहेत.

सोबतच्या नकाशामध्ये दाखविल्याप्रमाणे हे लक्षात येईल की पृथ्वीवरील खंड कशा तऱ्हेने कुठल्या दिशेने कसे सरकत गेले. म्हणजे 'पॅन्जिआ' हा सुपरकॉन्टिनेंट तयार होण्यापूर्वी सर्व खंड 'इअॅपेटर्स' या महासागराभोवती इकडे तिकडे पसरलेले होते. ही कथा आहे साधारण ५०० दशलक्ष वर्षांपूर्वीची. मग साधारण ४०० दशलक्ष वर्षांपूर्वी लॉरेन्शिया म्हणजे अमेरिका खंड, बाल्टिका म्हणजे युरोप खंडाला जाऊन धडकला आणि या दोन्हींचा मिळून लॉरेशिया (Laurasia) तयार झाला. जेव्हा लॉरेशिया बाकी सर्व खंडांचा मिळून बनलेला खंड जो गोंडवना लँड याला जाऊन मिळाले तेव्हा मधला 'इअॅपेट्स' महासागर नाहीसा झाला आणि 'पॅन्जिआ'ची निर्मिती झाली. या दरम्यान पृथ्वीवरच्या अनेक पर्वतरांगा तयार झाल्या. उदाहरणार्थ, सायबेरिया व युरोप यांच्या दरम्यानच्या उराल पर्वतरांगा आणि आशिया खंडातील अनेक पर्वतरांगा.

त्यानंतर मग पॅन्जिआची शकले होऊ लागली व सर्व खंड परत इथे तिथे पसरायला लागले. उत्तर अमेरिका उत्तरेकडे सरकली. बरेचसे खंड विषुववृत्ताभोवती जमा झाले होते व ते दूर दूर जायला लागले. सगळ्यात गमतीदार कथा आपल्या भारतीय उपखंडाची आहे. अगदी दक्षिण आफ्रिकेच्या दक्षिण भागाला लागून असलेला आपला भारतीय उपखंड तिथून सुटून उत्तरेकडे सरकत आशिया खंडाला जाऊन धडकला आणि त्यातूनच हिमालयाची निर्मिती झाली, तर इकडे ऑस्ट्रेलिया अंटार्क्टिकापासून अलग होऊन न्यूझिलंडचे बोट धरून उत्तरेकडे (अंटार्क्टिकाच्या उत्तरेकडे) निघून गेले.

अशा तऱ्हेने ५०० ते ६०० दशलक्ष वर्षांच्या या चक्रात पृथ्वी सापडलीय. म्हणजे जवळजवळ १५०० दशलक्ष वर्ष पृथ्वीवरील खंड कुठल्यातरी अनाकलनीय शक्तीच्या इशाऱ्यावर हे नाचकाम करताहेत. कधी सगळे खंड जवळ येऊन एकमेकांच्या गळ्यात गळे किंवा हातात

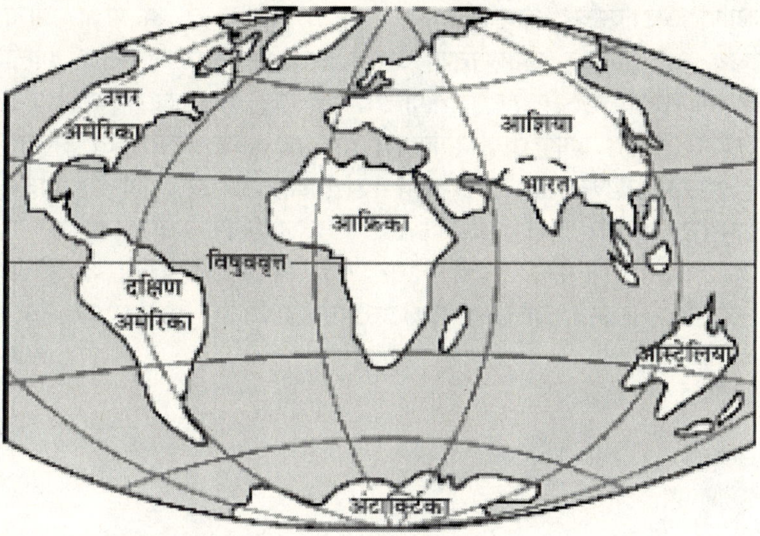

ऑस्ट्रेलिया खंड वेगळा झाल्यावर आत्ताची स्थिती

हात घालून नाचतात, तर कधी लाथाळी करून पार दूरवर पांगतात, तेही परत कधी तरी एकत्र येण्यासाठी.

समजा भारतीय उपखंड दक्षिण आफ्रिकेजवळच राहिला असता किंवा द. आफ्रिकेच्या पूर्व किनाऱ्यापासून दूर जाऊनही आशिया खंडाला खेटायला न जाता मधेच कुठेतरी तरंगत राहिला असता तर?

...तर भारत म्हणजे एक भलंमोठं बेट झालं असतं. सर्व बाजूने समुद्र असल्यामुळे आता आहे त्यापेक्षा जास्त किनारपट्टीचा लाभ झाला असता. मात्र आपल्या देशाची शान असलेला, त्याच्या शिरावरचा रत्नखचित मुकुट असावा तसा हिमालय निर्माणच झाला नसता. त्यामुळे सांस्कृतिक, ऐतिहासिक, भौगोलिक अशा अनेक अंगांनी आपला देश बदलला असता किंवा वेगळाच झाला असता. हवामानाच्या वेगळ्याच चित्रविचित्र लहरींना आपल्याला तोंड द्यावं लागलं असतं.

सगळ्यात महत्त्वाचं म्हणजे हे सगळं अनुभवणारे आपण– आपण न राहता दुसरेच कोणी, ज्यांना वेगळीच सांस्कृतिक परंपरा लाभली असे वेगळेच मनुष्यप्राणी झालो असतो.

पृथ्वीवरील इतरही भूभागांची अशीच कथा झाली असती. सायबेरिया

आणि अंटार्क्टिका विषुववृत्ताजवळ तर अमेरिका व आफ्रिका आत्ता जिथे अंटार्क्टिका आहे तिथे असते. सगळीच उलथापालथ झाली असती, किंवा खरं तर ही उलथापालथ आहे हेच त्यावरच्या मनुष्यप्राण्यांना जाणवलं नसतं आणि एक संपूर्णपणे वेगळीच पृथ्वी अस्तित्वात असती. हे सगळं अशक्य कोटीतलं नसून खरंच झालं असतं, पण निसर्गाच्या लहरीने भारतीय उपखंड आशिया खंडाला खेटायला गेला आणि हिमालयाची निर्मिती झाली. इतर सर्व खंडही आपल्या आताच्या ठिकाणी स्थानापन्न झाले. अर्थात परत इकडे तिकडे भरकटण्यासाठीच!

■

पृथ्वीचे कालचक्र

स्पीलबर्गचा 'ज्युरॅसिक पार्क' हा सिनेमा खूप गाजला होता. खरे वाटावेत असे डायनोसॉर्स उभे करून स्पीलबर्गने खरोखरीचा ज्युरॅसिक काळच आपल्यापुढे उभा केला. अगदी लहानांपासून ते वृद्धांपर्यंत सगळ्यांनीच या सिनेमाला पसंतीची पावती दिली. पण त्यातील 'ज्युरॅसिक' या शब्दाचा नेमका संदर्भ फारच थोड्यांना कळला होता, असावा. तर मंडळी, ज्या काळात पृथ्वीवर या महाकाय डायनोसॉर्सचं राज्य होतं तो काळ होता 'ज्युरॅसिक काळ'. पृथ्वीचा जन्म झाल्यापासून ते आत्तापर्यंतचा आधुनिक काळ या भल्यामोठ्या कालखंडाचा तो एक भाग आहे. अभ्यासाच्या सोयीसाठी म्हणून शास्त्रज्ञांनीच या भल्या मोठ्या कालखंडाचे वेगवेगळे भाग पाडले आहेत.

पृथ्वीचा जन्म शास्त्रीय अंदाजानुसार साधारण ४.५४ महापद्म वर्षांपूर्वी झाला. जन्म झाला तेव्हा पृथ्वी म्हणजे एक तप्त गोल होता. तो हळूहळू थंड होत गेला. त्याचा पृष्ठभाग घनीभूत झाला आणि गाभा मात्र तप्त द्रवरूप राहिला. जसे तापवलेले दूध थंड झाले की वर घट्ट सायीचा थर येतो आणि खाली कोमट दूध राहते तसे काहीसे, हळूहळू घनीभूत अशा पृष्ठभागातून वायू बाहेर पडून पृथ्वीचे वातावरण तयार झाले. त्यानंतर महासागर निर्माण झाले. पहिले सजीव पाण्यातच जन्मले.

पृथ्वीच्या पाठीवर सजीव नेमके केव्हा निर्माण झाले याचा काळ सांगणं तसं कठीण आहे. पण ढोबळ मानाने साधारण ३.५ महापद्म वर्षांपूर्वी म्हणजे पृथ्वीच्या जन्मानंतर एक महापद्म वर्षानंतर सूक्ष्म जंतू (जीवाणू) अस्तित्वात आल्याचे पुरावे मिळतात.

ज्या कालखंडात सजीवांचे अस्तित्व जाणवायला लागले होते, त्या कालखंडाला फॅनेरोझोईक हे नाव देण्यात आले आहे. पृथ्वीच्या उत्पत्तीपासून आत्तापर्यंतच्या काळाच्या मानाने हा कालखंड तसा लहानच म्हणावा लागेल. लहान म्हणजे, आधुनिक काळापासून, म्हणजे आत्तापासून मागे ५४० दशलक्ष वर्षे इतकाच. पृथ्वीच्या उत्पत्तीचा काळ आधुनिक काळाच्या मागे ४.५४ महापद्म वर्षे इतका आहे. त्यामानाने हा काळ छोटाच म्हणायचा.

फॅनेरोझोईक हा कालखंड पॅलिओझोईक, मेसोझोईक व सेनोझोईक या तीन कालखंडांचा मिळून बनला आहे. या कालखंडात अनेक पेशी, जिवाणूंचे अस्तित्व पृथ्वीवर होते, ते खडकांमधे जपल्या गेलेल्या जिवाष्मांमुळे सिद्ध होते. फॅनेरोझोईक काळाच्या आधी म्हणजे प्री-केंब्रियन या काळात सूक्ष्म जीव अस्तित्वात होते. पण त्यांचे जीवाष्म जपले गेले नाहीत.

या तीनही कालखंडाचे अजून उपविभाग पाडले आहेत.

पॅलिओझोईक : हा कालखंड साधारण ५४० दशलक्ष वर्षे ते २५० दशलक्ष वर्षे एवढा धरतात. या जवळजवळ २९० दशलक्ष वर्षांच्या कालखंडाचे ६ उपविभाग पाडले आहेत. त्यातील एकाचे अजून दोन म्हणजे उप-उपविभाग पाडले आहेत.

पॅलिओझोईक : (१) केंब्रियन, (२) ओर्डोव्हीशियन, (३) सिलूरियन, (४) डेव्होनियन, (५) कार्बोनिफेरस : अ. मिसिसिपियन, ब. पेनसिलव्हानियन, (६) पर्मिअन

पॅलिओझोईक हा या तीनही कालखंडातील सगळ्यात मोठा आणि वैविध्याने भरलेला असा कालखंड आहे. अगदी प्राचीन अशा अनेकपेशी जिवांपासून ते आधुनिक सरपटणारे प्राणी – टेट्रापॉड आणि रेप्टाइल्स – इथपर्यंतचे प्राणीजीवन यात सापडते. शिवाय भरपूर जंगलेही त्याकाळी अस्तित्वात होती. अगदी सुरुवातीचा पॅलिओझोईक काळ हा पाठीचा कणा नसलेल्या प्राण्यांचा (इन्व्हर्टिब्रेट्सचा) काळ म्हणता येईल. या काळात पृथ्वीवरील खंड एकमेकांपासून दूर गेले होते. पॅन्जिआच्या निर्मितीच्या आधी. (पॅन्जिआ हा सुपरकाँटिनेंट फुटून परत सर्व खंड एकमेकांपासून दूर गेले. ही आजची स्थिती आहे.) ओर्डोव्हीशियन

काळाच्या शेवटी झालेल्या खूप तीव्र पण कमी कालखंडाच्या हिमयुगाने, सुरुवातीच्या पॅलिओझोईक (Early paleozoic) कालखंडाचा अंत झाला.

मध्य पॅलिओझोईक म्हणजे साधारण सिलूरियन आणि डेव्होनियन हा कालखंड. या कालखंडात प्रायोगिक तत्वावर अस्तित्वात असलेलं प्राणीजीवन संपुष्टात आलं. कारण त्या हवामानात ते प्राणी टिकू शकले नाहीत. या काळात पाठीचा कणा नसणाऱ्या प्राण्यांमध्ये (अपृष्ठवंशीय) सुधारणा होत गेल्या आणि पाठीचा कणा असणाऱ्या प्राण्यांचा (व्हर्टिब्रेट्स – पृष्ठवंशीय) उदय होत गेला. पाण्यात मासे निर्माण होत होते. आत्तापर्यंत पाण्यातच अस्तित्वात असलेलं प्राणीजीवन जमिनीवर अवतरले होते.

लेट पॅलिओझोईक म्हणजे साधारण कार्बोनिफेरस आणि पर्मिअन काळ. सरपटणाऱ्या प्राण्यांनी पृथ्वीचा कब्जा घेतला तो हाच काळ. या काळात राक्षसी लायकोपॉड, फर्न, टेरिडोफाईट्स यांसारख्या वनस्पतींनी जंगलं व्यापली होती. सुरुवातीच्या पॅलिओझोईक काळात लांबवर विखुरलेले पृथ्वीवरील खंड जवळ जवळ येत पर्मिअन काळापर्यंत एकत्र येऊन पॅन्जिआची निर्मिती झाली होती. आणि दक्षिण गोंडवनालँड हिमनद्यांखाली झाकलं गेलं होतं.

एकंदर पॅलिओझोईक कालखंड बऱ्याच महत्त्वाच्या घटनांचा साक्षीदार आहे. या काळात अपृष्ठवंशीयांची घडण, जमिनीवर जीवनाची सुरुवात, समुद्रात माश्यांची उत्पत्ती, सुपर कॉंटिनेंट पॅन्जिआची निर्मिती इत्यादी अनेक महत्त्वाच्या घटना घडल्या. याच काळाने दोन हिमयुगं अनुभवली. पृथ्वीची गती त्या काळात आजच्यापेक्षा जास्त होती. त्यामुळे दिवस छोटे होते. चंद्रसुद्धा आजच्या पेक्षा पृथ्वीच्या जास्त जवळ होता. त्यामुळे समुद्राच्या भरतीचे प्रमाण जास्त होते. दिवसेंदिवस चंद्र आपल्यापासून लांब लांब जातोय. एक दिवस असा येईल जेव्हा चंद्र पृथ्वीच्या गुरुत्वाकर्षणाच्या कक्षेच्या बाहेर जाईल आणि पृथ्वीला कायमचा राम राम ठोकेल.

हवामान :– सुरुवातीच्या पॅलिओझोईक काळातील ओर्डोव्हिशीयन काळ संपता संपता एक हिमयुग येऊन गेलं. याच हिमयुगाच्या काळात त्या काळात अस्तित्वात असलेले प्राणीजीवन मोठ्या प्रमाणात संपुष्टात आलं (Mass extinction).

पॅलिओझोईकचा मधला काळ सिलूरियन आणि डेव्होनियन तुलनेने जरा स्थिर असा काळ होता. हिमयुगामुळे खाली गेलेली समुद्राची पातळी या काळात हळू हळू भरून आली. पृथ्वीवरील खंडांच्या हालचालींमुळे नवीन भूखंड तयार होत होते. त्यात तुलनेने ऊबदार वातावरण होते. नवीन वनस्पतींनी जमिनीवर कब्जा केला होता. त्यामुळे ऑक्सिजन वायूचे प्रमाण वाढून कार्बन डाय ऑक्साईड वायूचे प्रमाण घटले होते. डेव्होनियन काळात मात्र वातावरणातील चढ-उतारांमुळे परत एकदा प्राणीजवनावर आघात होऊन सर्व पृष्ठवंशीय प्राणी संपुष्टात आले.

डेव्होनियनच्या पुढचा काळ कार्बोनिफेरस ज्याचे दोन उपविभाग म्हणजे मिसिसिपियन आणि पेनसिल्व्हानियन. यातील पहिला मिसिसिपियन काळ साधारण ३० ते ४० दशलक्ष वर्षांचा धरतात. या काळात पृष्ठवंशीय (व्हर्टिब्रेट) प्राणी आणि अपृष्ठवंशीय (इनव्हर्टिब्रेट) प्राणी यांनी पृथ्वीवर आपला जम बसवला होता. याच काळात वातावरणातील ऑक्सिजन मधे फार मोठ्या प्रमाणात वाढ झाली. कार्बन डायऑक्साईड कधी नव्हे इतका कमी झाला. त्यामुळे पूर्ण कार्बोनिफेरस काळात एक सोडून दोन हिमयुगं अवतरली.

कार्बोनिफेरस काळानंतरचा पर्मिअन काळ हा पॅलिओझोईक काळानंतरचा पर्मिअन काळ हा पॅलिओझोईक कालखंडाचा शेवटचा भाग. या काळाच्या शेवटीही मोठ्या प्रमाणात प्राणीजीवन नष्ट झालं. ऑक्सिजन आणि कार्बन डायऑक्साईड या वायूंचे प्रमाण जरी सर्वसामान्य राहिलं तरी त्याच काळात घडत असलेल्या पॅन्जिआच्या निर्मितीच्या कारणाने जमीन ठिकठिकाणी रूक्ष, रखरखीत शुष्क अशी झाली होती. त्यामुळे तापमानात खूप चढउतार झाले. म्हणून प्राणीजीवन नष्ट झाले.

मेसोझोईक काळ : फॅनेरोझोईक काळाच्या तीन भागातील हा मधला काळ. त्याला सेकंडरी असंही म्हणतात. मेसोझोईकचा अर्थ 'मिडल ॲनिमल' असा काहीतरी होतो. अशा या काळात जगातील प्राणीजीवनात प्रचंड बदल झाला. मेसोझोईक कालखंडाचे तीन उपविभाग पाडले आहेत. ट्रायॅसिक, ज्युरॅसिक आणि क्रिटॅशिअस. ट्रायॅसिक काळातच बहुचर्चित असे डायनोसॉर्स निर्माण झाले. ज्युरॅसिक काळात

डायनोसॉर्सच्या अनेक जाती निर्माण झाल्या. एकंदर मेसोझोईक काळाला 'एज ऑफ डायनोसॉर्स' म्हणजे डायनोसॉर्सचा काळ असेच म्हणतात.

मेसोझोईक काळात पृथ्वीवरील जीवसृष्टी फार वेगळी होती. मेसोझोईक काळाचा पहिला भाग ट्रायॅसिक काळ साधारण २५० ते २०३ दशलक्ष वर्षांपूर्वीचा आहे. या काळात छोटे छोटे सस्तन प्राणी आणि छोटे डायनोसॉर्स निर्माण झाले. या काळाची सुरुवात एका मोठ्या 'मास एक्स्टींक्शन'पासून म्हणजे प्राणी जीवन मोठ्या प्रमाणावर नष्ट होण्यापासून झाली. शेवटही एक छोट्या 'मास एक्स्टींक्शन'नेच झाला. त्यावेळचे हवामान उष्ण आणि कोरडे होते. वनस्पती जगतात फर्न, ग्लॉसॉप्टेरिस नावाची प्राचीन वनस्पती, कॉनिफर्स इत्यादीचे अस्तित्व होते. समुद्राच्या पाण्याची पातळी कमी असल्याने तापमानातही फार चढ-उतार होते.

मेसोझोईक काळाचा दुसरा भाग म्हणजे ज्युरॅसिक काळ. या काळात म्हणजे २०३ ते १३५ दशलक्ष वर्षांपूर्वी सुपरकाँटिनेंट पॅन्जिआचे विभाजन व्हायला लागलं होतं. सुरुवातीला हवामान उष्ण व कोरडेच होते पण ते नंतर उबदार व दमट होत गेले. त्यावेळी ध्रुव प्रदेशात बर्फ नव्हताच. समुद्राच्या पाण्याच्या पातळीत वाढ होत होती. त्यामुळे बरेच किनारपट्टीजवळील प्रदेश पाण्याखाली गेलेले होते. याच काळात सॉवरोपॉड्स नावाचे राक्षसी डायनोसॉर्स निर्माण झाले. पहिलेवहिले पक्षी आणि फुलं येणाऱ्या वनस्पती (ॲन्जिओस्पर्म्स) अस्तित्वात आले.

मेसोझोईकमधील तिसरा भाग म्हणजे क्रिटॅशियस काळ. साधारण १३५-६५ दशलक्ष वर्षांपूर्वीचा आहे. सुरुवातीला या काळात डायनोसॉर्सच्या पृथ्वीवरील सत्तेचे उंच शिखर गाठले गेले होते. मात्र याच काळाच्या शेवटी भल्या मोठ्या उल्कापातामुळे अथवा अन्य कारणांनी सर्व डायनोसॉर्सचा अंत झाला.

क्रिटॅशियस काळातल्या हवामानाबद्दलची माहिती वादग्रस्त आहे. त्या काळात वातावरणात कार्बन डायऑक्साईड वायू प्रमाणाबाहेर वाढल्यामुळे सबंध पृथ्वीवर उत्तरेपासून दक्षिणेपर्यंत सगळीकडे साधारण सारखेच तापमान होते. तेव्हाचे सरासरी तापमान आत्ताच्या सरासरी तापमानापेक्षा १०°C ने जास्त होते. समुद्राचे पाणीसुद्धा जास्त उबदार झाल्यामुळे समुद्री जीव तग धरू शकले नसतील.

क्रिटॅशियस काळाचा शेवट आणि टर्शरी (3rd – फॅनेरोझोईक

काळाचा तिसरा भाग) ची सुरुवात, या सीमारेषेला K-T boundary असे म्हणतात. याच सीमारेषेवर सर्व महाकाय डायनोसॉर्सचा अंत झाला.

KT boundary : क्रिटॅशिअसचे स्पेलिंग C पासून सुरू होत असले (cretaceous) तरी जर्मन भाषेप्रमाणे तेथे K चा वापर होतो. त्यासाठी हे अक्षर घेण्यात आले आणि Tertiary म्हणजे तिसरा कालखंड (cenozoic मधे तिसरा व चौथा – quarternary असे दोन भाग आहेत) त्यातील टर्शरीचा T. हे दोन कालखंड एकमेकांना लागून आहेत. म्हणजे क्रिटॅशिअस आणि टर्शरी यांच्यामधे एक सीमारेषा आहे. त्याला KT boundary म्हणतात. या सीमारेषेच्या काळात म्हणजे ६५ दशलक्ष वर्षांपूर्वी सर्व डायनोसॉर्सचा पृथ्वीवरून नायनाट झाला.

त्या काळात अस्तित्वात असलेल्या व काळात नष्ट झालेल्या डायनोसॉर्सच्या ५०० जाती शास्त्रज्ञांना निश्चित माहिती आहेत. १८५० जातींच्या डायनोसॉर्सचे जीवाश्म जपले गेलेत. पण अवशेष जपले गेलेले नाहीत अशा डायनोसॉर्सच्या ३४०० जाती असाव्यात असे शास्त्रज्ञांना वाटते. १६० दशलक्ष वर्षे पृथ्वीच्या पाठीवर या महाकाय प्राण्यांनी राज्य केले. ६५ दशलक्ष वर्षांपूर्वी मात्र ते सर्व नष्ट झाले. आणि पृथ्वीच्या पाठीवर एका नव्या पर्वाने जन्म घेतला.

यानंतरचा काळ म्हणजे फॅनेरोझोईक कालखंडाचा तिसरा म्हणजे टर्शरी भाग ज्याला सेनोझोईक असेही म्हणतात.

सेनोझोईक काळ :
- पॉलीओजेन :
  - पॅलिओसीन ६५
  - इओसीन ६३
  - ऑलीगोसीन ३३.७
- निओजेन :
  - मायोसीन २३.५
  - प्लायोसीन ५.३
  - प्लाएस्टोसीन १.७५

सेनोझोईक काळाचे असे ६ उप-उप विभाग पाडलेले आहेत. सगळ्यात शेवटचा होलोसीन म्हणजे आताचा चालू काळ. सेनोझोईक काळ हा

६५ दशलक्ष वर्षांचा काळ आहे. एक पूर्णपणे वेगळा सातवा उपविभाग जो शेवटचा ११००० वर्षांचा काळ आहे, म्हणजे आताच्या आधुनिक काळापासून मागे ११००० वर्षापर्यंतच्या काळाला होलोसीन (Holocene) म्हणतात.

या काळातच सस्तन प्राण्यांमधे सुधारणा व्हायला सुरुवात झाली आणि प्राणी जगतात त्यांचं वर्चस्व निर्माण झालं. छोट्या उंदरांपासून सुरुवात होऊन प्रचंड मोठे मोठे सस्तन प्राणी निर्माण झाले. जमिनीवर वावरणारे, पाण्यातील तसेच हवेत उडणारे असे सर्व तऱ्हेचे प्राणी-पक्षी निर्माण झाले. सेनोझोईकच्या सुरुवातीपासून पृथ्वीवर पहिल्यांदाच गवत हा वनस्पतीचा नवा प्रकार निर्माण झाला. त्यावरच अनेक मोठे शाकाहारी प्राणी जगू लागले आणि त्यांच्यावर मोठे मांसाहारी प्राणी वाढू लागले.

सेनोझोईक काळाच्या शेवटी प्लायोसीन काळात मानवाचे पहिले पूर्वज ऑस्ट्रॅलोपिथिकाईन पृथ्वीच्या पाठीवर जन्मले.

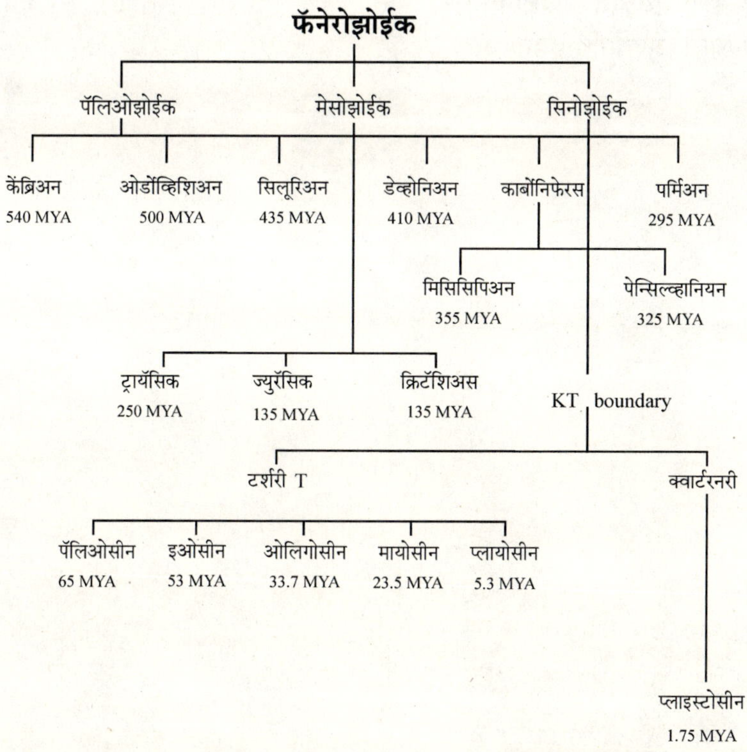

आधुनिक काळापासून म्हणजे आत्तापासून मागे, भूतकाळात ५४० दशलक्ष वर्षांपर्यंत या कालखंडात पृथ्वीवर प्राणी व वनस्पती जगात जसे बदल होत होते तसेच पृथ्वीच्या रचनेमधेही बदल होत होते. पृथ्वीच्या पाठीवरील खंडांची जागा सतत बदलत होती. अर्थात खंडांची हालचाल सूक्ष्म असते. लाखो वर्षांच्या काळाने काही थोडे बदल होतात. पण ५४० दशलक्ष वर्षांच्या कालावधीत मात्र पृथ्वीच्या पाठीवर भरपूर फेरफार झाले. त्या फेरफारांमुळे प्राणी व वनस्पती सृष्टीतही बदल घडले.

फॅनेरोझोईक कालखंडाचा शेवटचा म्हणजे प्लाएस्टोसीन काळ २ दशलक्ष वर्षांपूर्वी सुरू झाला. तो आत्ताही सुरू आहे. याच काळात मानवाचे पूर्वज व आधुनिक प्राणी निर्माण झाले. दगडाची हत्यारे बनवणाऱ्या मानवापासून ते आत्ताच्या अत्याधुनिक यंत्रसामुग्री वापरणाऱ्या मानवापर्यंतची प्रगती व्हायला दोन दशलक्ष वर्षे जावी लागली. मानवाने केलेली विज्ञान तंत्रज्ञानातील प्रगती हीच हा सर्व इतिहास समजून घेण्यास उपयोगी पडत आहे.

■

पासष्ट दशलक्ष वर्षांपूर्वी नेमके काय घडले?

आपल्या पृथ्वीवर जवळजवळ १६० दशलक्ष वर्षे डायनोसॉर्सचे राज्य होते. हे ऐकल्यावर खरं वाटत नाही ना? १६० दशलक्ष वर्षं एवढ्या वर्षांची आपण कल्पनाही करू शकत नाही. पण एवढी वर्षं हे महाकाय अजस्त्र प्राणी या पृथ्वीवर राज्य करीत होते. जिकडे तिकडे त्यांचा वावर होता. माणसाचा तर तेव्हा मागमूसही नव्हता. माणूसच काय या अजस्त्र प्राण्यांवर कुरघोडी करू शकेल असा कुठलाही सस्तन प्राणी त्यावेळी पृथ्वीच्या पाठीवर अस्तित्वात नव्हता.

पहिला अजस्त्र प्राणी पृथ्वीवर अवतरला तो जवळजवळ २३० दशलक्ष वर्षांपूर्वी. तेव्हापासून पुढे १६० दशलक्ष वर्षं या अजस्त्र प्राण्यांनी पृथ्वीवर राज्य केलं. कालमापनाच्या सोयीसाठी शास्त्रज्ञांनी पृथ्वीच्या जन्मापासून आतापर्यंतच्या काळाचे वेगवेगळे भाग पाडले आहेत. त्यातीलच क्रिटॅशिअस कालखंडाच्या शेवटी म्हणजे साधारण ६५ दशलक्ष वर्षांपूर्वी पृथ्वीवर काहीतरी प्रचंड मोठी आपत्ती ओढवली. भयंकर उलथापालथ झाली आणि पृथ्वीवर

माणसाच्या आकाराच्या तुलनेत सगळ्यात छोटा डायनोसॉर

निरंकुश राज्य करणारे ते अजस्र प्राणी समूळ नष्ट झाले, त्यांचा निर्वंश झाला.

पृथ्वीवर अशी कुठली आपत्ती कोसळली? नेमकं काय घडलं त्यावेळी? याबाबत दोन वेगवेगळे मतप्रवाह मांडले जातात. एक म्हणजे ज्वालामुखीचा उद्रेक किंवा सगळ्यात लोकप्रिय सिद्धान्त आहे तो उल्कापाताचा! अवकाशातून अतिप्रचंड वेगाने एक उल्का किंवा लघुग्रह (अॅस्टेरॉईड) येऊन पृथ्वीवर आदळला, त्यामुळे पुढील सर्व उत्पात घडले असा काही शास्त्रज्ञांचा दावा आहे. या उल्कापातामुळे किंवा ज्या कुठल्या कारणामुळे एवढे उत्पात घडले त्यामुळे सर्व डायनोसॉर्स तर नष्ट झालेच. पण

सगळ्यात मोठा डायनोसॉर

त्याबरोबर ७० टक्क्यांपर्यंत इतर सर्व वर्गाचे प्राणीही यात नष्ट झाले. २५ टक्के वनस्पती नष्ट झाल्या त्यामुळे वनस्पतींवर जगणारे शाकाहारी डायनोसॉर्स मरण पावले. पर्यायाने या शाकाहारी प्राण्यांवर जगणारे मांसाहारी डायनोसॉर्सही नष्ट झाले. फक्त छोटे मांसाहारी पक्षी किंवा छोटे उंदरांसारखे सस्तन प्राणी तेवढे या अफाट प्रलयातून किंवा अग्नितांडवातून वाचले.

के-टी-बाऊंडरी (K-T- Boundary) : क्रिटॅशिअस-टर्शरी (K-T) बाऊंडरी. क्रेटा या जर्मन शब्दात C ऐवजी K असतो, म्हणून K-T दोन कालखंडातील ही सीमारेषा इतकाच याचा अर्थ. T म्हणजे टर्शरी म्हणजेच तिसरा कालखंड सिनोझोइक (Cenozoic) (Paleocene कालखंडाची सुरुवात). क्रिटॅशिअस व टर्शरी आणि यांच्यामधल्या सीमारेषेवर.

१९७० सालामध्ये लुईस आणि वॉल्टर अल्वारेझ ही पिता-पुत्रांची जोडी इटलीमध्ये खडकांचे संशोधन करीत होती. त्यांना क्रिटॅशिअस कालखंडाच्या शेवटी आणि टर्शरी कालखंडाच्या सुरुवातीच्या काळात तयार झालेल्या खडकांच्या मधल्या मातीच्या थरात 'इरिडियम' या मूलद्रव्याचा थर सापडला. हे मूलद्रव्य मुख्यत्वे पृथ्वीवरील खडकापेक्षा अवकाशातील उल्का, लघुग्रह यामध्ये जास्त प्रमाणात सापडते. नैसर्गिकरित्या पृथ्वीवरील खडकात जेवढे इरिडियम सापडू शकते त्याच्या ३० पट इरिडियम येथे सापडले. एवढ्या प्रचंड प्रमाणात येथे इरिडियम आहे याचा अर्थच येथे काहीतरी अघटित घडलं असलं पाहिजे. या जास्तीच्या प्रमाणात असणाऱ्या 'इरिडियम'चे स्पष्टीकरण दोनच प्रकारे देता येईल. एकतर पृथ्वीच्या बाहेरून अवकाशातून येऊन पृथ्वीवर आदळणाऱ्या उल्का, धुलीकण, लघुग्रह इ.मधून किंवा ज्वालामुखीच्या उद्रेकाच्या वेळी पृथ्वीच्या पोटातून वर उफाळून येणाऱ्या लाव्हातून हे 'इरिडियम' आले असावे. या दोन शक्यतांमध्ये उल्कापाताच्या शक्यतेलाच जास्त शास्त्रीय

'चिक्सूलूब' युकातान द्वीपकल्प, मेक्सिको ६५ दशलक्ष वर्षांपूर्वी झालेल्या उल्कापाताची संभवनीय जागा.

आधार मिळू शकतो. अल्वारेज पिता-पुत्रांनी प्रथम उल्कापाताचा सिद्धान्त उचलून धरला. त्याच्या मते मातीच्या थरामध्ये ज्या प्रमाणात 'इरिडियम' सापडले, तेवढे जमायला साधारण १० कि.मी. व्यासाची उल्का तिथे पडली असण्याची शक्यता आहे. मातीच्या थराच्या पृथक्करणातून काजळीचा (soot) एक थरही त्यात असल्याचे निदर्शनाला आले. उल्कापाताच्या प्रचंड आघातानंतर पृथ्वीवर ठिकठिकाणी पेटलेल्या आगीमुळे हा काजळीचा थर जमला असावा असे संशोधकांना वाटते.

मातीच्या थरामध्ये सापडलेले मोठ्या प्रमाणातील इरिडियम, शिवाय मातीच्या पृथक्करणातून सापडलेले काजळीचे अस्तित्व याशिवाय संशोधकांना एक वेगळीच गोष्ट सापडली ती म्हणजे क्वार्टझ्च्या (Quartz) स्फटिकात झालेले कायिक बदल. असे बदल फक्त मोठ्या प्रमाणात निर्माण झालेल्या प्रचंड तापमानातच घडू शकतात व तेवढे तापमान निर्माण व्हायला अतिमोठ्या प्रमाणात स्फोट व्हावा लागतो. एवढे सगळे पुरावे मिळत असूनही शास्त्रज्ञांची खात्री पटत नव्हती. त्यांचं म्हणणं असं की एवढी मोठी उल्का जर पडली असेल तर तेवढा मोठा गोल खड्डा (क्रेटर) सापडायला हवा!

१९९० साली ॲलन हिल्डेब्रँड या शास्त्रज्ञाला मेक्सिकोच्या युकातान प्रांतात खनिज तेल शोधण्यासाठी भूगर्भशास्त्रज्ञांनी केलेल्या संशोधनाची माहिती मिळाली. त्या माहितीमध्ये त्यांना असं काही सापडलं जे एखाद्या गोलाकार खड्ड्याचे (impact site) अस्तित्व सिद्ध करू शकत होते. युकातान द्वीपकल्पाच्या (peninsula) वायव्य भागात १८० कि.मी. व्यासाची गोलाकार जागा (रिंग स्ट्रक्चर) सापडली. त्याच्या केंद्राजवळ असणाऱ्या एका खेड्याच्या नावावरून याचं नाव 'चिक्सूलब' (chicxulub) असं पडलं. त्या जागेचे शास्त्रीय पद्धतीने केलेले कालमापन असे सुचवत होते की हा भाग ६५ दशलक्ष वर्षांपूर्वी तयार झाला आहे. खड्ड्याचा आकारही साधारण १० कि.मी. उल्केच्या आघातामुळे होऊ शकेल एवढा आहे. संशोधकांच्या हाती यामुळे उल्कापातासंबंधी निश्चित पुरावे लागले आहेत. परंतु या उल्कापाताचे परिणाम डायनोसॉर्स या अजस्त्र प्राण्यांवर कसे झाले हा प्रश्न होताच.

१० कि.मी. व्यासाची उल्का पृथ्वीवर आदळताना तिचा वेग तासाला किमान १,००,००० कि.मी. तरी असायला हवा. एवढ्या वेगाने

पृथ्वीवर उल्का पडल्यावर प्राथमिक स्फोटामुळे ४०० ते ५०० कि.मी. त्रिज्येच्या वर्तुळातील सर्व गोष्टी मूळ उल्केसहीत नष्ट झाल्या असल्या पाहिजेत. विस्फोटानंतर असंख्य तुकडे आकाशात उडून अंगार बरसल्यासारखे परत पृथ्वीवर पडले असतील. स्फोटामुळे निर्माण झालेल्या धक्कालहरी दूरदूरपर्यंत पोहोचून त्यामुळे सगळीकडे मोठ्या प्रमाणात आगी लागल्या असतील. मोठ्या प्रमाणात म्हणजे टनावारी धूळ, धूर, वायू आणि पाण्याची वाफ वातावरणात दूरपर्यंत पसरली असेल. या धूळ, धूर, वाफ इत्यादीचे ढग मोठ्या वादळ वाऱ्यामुळे दूरपर्यंत पसरून त्यामुळे सूर्य झाकला गेला असेल. भूकंप व ज्वालामुखींचे उद्रेकामागून उद्रेक झाले असतील. सूर्य झाकला गेल्यामुळे सगळीकडे अंधाराचे साम्राज्य पसरले असेल. सतत तीन वर्षे ही स्थिती अशीच राहिली असेल असा शास्त्रज्ञांचा अंदाज आहे. त्यामुळे साहजिकच तापमानात घट झाली असेल. मात्र पृथ्वीवर ठिकठिकाणी पेटलेल्या आगीतून निघालेल्या कार्बन डायऑक्साईड वायूमुळे तापमानात वाढ झाली असेल. या परस्परविरोधी घटनांतून रासायनिक प्रक्रियांना चालना मिळून आम्लाचा पाऊस (Acid Rain) पडला असेल.

सागरी जीवनावरही याचा तितकाच वाईट परिणाम झाला असेल. शॉक वेव्हजमुळे सागरात त्सुनामीसारख्या भयंकर लाटा उठल्या असतील. वातावरणातील बदलामुळे ऑक्सिजनच्या प्रमाणात घट झाली असेल. त्याचे विपरित परिणाम सागरी वनस्पती, प्लँक्टन आणि पर्यायाने त्यावर अवलंबून असलेले प्राणीजीवन यावर झाला असेल. आम्लपावसामुळे सागराच्या पाण्याच्या आल्मतेत वाढ झाली असेल. त्याहीमुळे अनेक सागरी जीव नष्ट झाले असतील.

सतत तीन वर्षे चाललेल्या हिवाळ्यामुळे प्रकाश संश्लेषणाची प्रक्रिया बंद पडून सर्व तऱ्हेच्या वनस्पती नष्ट झाल्या असतील. फक्त काही परागकण व काही प्रकारचे बी फक्त एवढ्या हाहाकारातून वाचले. डायनोसॉर्स किंवा सागरातील अजस्त्र प्राण्यांजवळ मागे ठेवायला कुठले बी किंवा परागकण नव्हते. ते समूळ नष्ट झाले, परत कधीही या पृथ्वीवर न येण्यासाठी.

पृथ्वीच्या पाठीवर कधीही भरून न येऊ शकणारा असा विनाश घडला. त्यातून आता परत काही चांगलं निर्माण होण्याची शक्यताच

नष्ट झाली असं वाटावं असा विनाश. काही काळ जीवन ठप्प झाल्यासारखे झाले. तो काही काळ म्हणजेसुद्धा थोडाथोडका नव्हे तर किमान ५ ते १० दशलक्ष वर्षांचा होता. परंतु कालचक्र जसे थांबत नाही तसे जीवनाचे चक्रही अडकून पडत नाही. कुठेतरी छोटे अंकुर जीव मुठीत घेऊन तग धरून होते.

काही छोटे सस्तन प्राणी जे डायनोसॉर्सच्या भरभराटीच्या काळातही बिळांमध्ये घर करून लपून छपून राहत होते ते वाचले होते. या अजस्त्र प्राण्यांना घाबरून ते फक्त रात्रीच्या वेळेसच बिळाबाहेर येऊन आपलं अन्न शोधत असले पाहिजेत, परंतु या त्यांच्या निशाचर सवयीमुळेच एवढ्या तांडवातून आणि एवढ्या प्रदीर्घ अंधकाराच्या काळातून ते सहीसलामत बचावले. कदाचित त्या तीन वर्षांच्या अंधकाराच्या साम्राज्यात हे छोटे सस्तन प्राणी तिथे विपुल प्रमाणात मरून पडलेल्या डायनोसॉर्सच्या मांसावर ताव मारीत असले पाहिजेत किंवा कदाचित बिया गोळा करून त्यावरही ते जगले असतील, पण ते जगले एवढं निश्चित! हे प्राणीही कदाचित फार थोड्या प्रमाणात काही मोजक्याच ठिकाणी शिल्लक राहिले असतील, पण त्यातूनच पुढे १०-१५ दशलक्ष वर्षांनंतर का होईना सस्तन प्राण्यांचे नवे युग पृथ्वीवर अवतरले आणि पृथ्वी परत नांदती-गाजती झाली.

डायनोसॉर्सच्या काळात पृथ्वीवर अजिबात अस्तित्वात नसलेली एक नवीनच वनस्पती पृथ्वीच्या पाठीवर निर्माण झाली, ती म्हणजे गवत. या गवतावरच नंतरचे मोठे सस्तन पाणी गेंडा, रानघोडे, रानम्हशी वगैरे प्राणी वाढले.

काही काळानंतर याच गवताच्या वेगवेगळ्या जातीतून बार्ली, गहू, तांदूळ या जातीचे गवत निर्माण झाले, त्यातून सस्तन प्राण्यांसाठी नवीन खाद्य उपलब्ध झाले. दोन पायांवर चालणाऱ्या एका जातीच्या एपना फक्त दहा हजार वर्षांपूर्वी यातूनच शेतीचा शोध लागला आणि आता दहा हजार वर्षानंतर त्याच द्विपाद एपचे वंशज अत्याधुनिक प्रयोगशाळेत बसून अत्याधुनिक यंत्र, तंत्र वापरून ६५ दशलक्ष वर्षांपूर्वी नष्ट झालेल्या अजस्त्र प्राण्यांच्या जीवनमृत्यूचा आढावा घेत आहेत.

■